Impressum
Verlag: BABADADA GmbH, Nedderfeld 112 , 22529 Hamburg
Geschäftsführer / Verlagsleitung: Harald Hof
Druck: Books on Demand GmbH, In de Tarpen 42, 22848 Norderstedt

Imprint
Publisher: BABADADA GmbH, Nedderfeld 112 , 22529 Hamburg, Germany
Managing Director / Publishing direction: Harald Hof
Print: Books on Demand GmbH, In de Tarpen 42, 22848 Norderstedt, Germany

sukuu
trường học

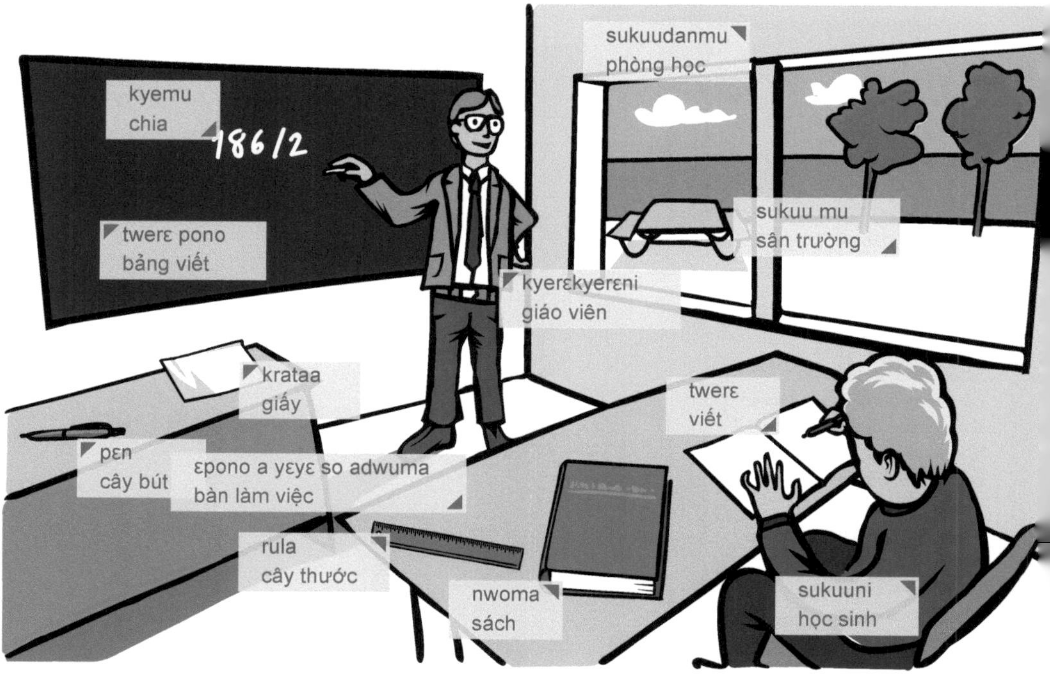
sukuudanmu
phòng học
kyemu
chia
186/2
twerɛ pono
bảng viết
sukuu mu
sân trường
kyerɛkyerɛni
giáo viên
krataa
giấy
twerɛ
viết
pɛn
cây bút
ɛpono a yɛyɛ so adwuma
bàn làm việc
rula
cây thước
nwoma
sách
sukuuni
học sinh

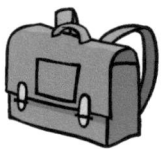

baage

cặp đeo vai học sinh

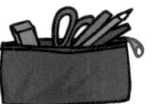

twerɛdua konko

hộp đựng bút

twerɛdua

bút chì

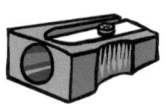

deɛ yɛde sensen twerɛdua ano

cái gọt bút chì

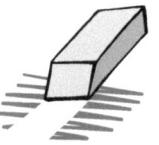

rɔba

cục tẩy

krataa a yɛdwi adeguso

tập giấy vẽ

adedwie

bản vẽ

penti brɔhye

cọ vẽ

penti adaka

hộp mực vẽ

apasɔɔ

cây kéo

aman

keo dán

nwoma a yɛyɛ mu adwuma

sách bài tập

efie adwuma

bài tập ở nhà

nɔma

số

kabom

cộng

te fri mu

trừ

mmɔho

nhân

sese

tính toán

lɛtɛ

chữ cái

ntwerɛeɛ

bảng chữ cái

asɛmfua

từ

ntwerɛdeɛ

văn bản

kenkan

đọc

kyɔk

phấn viết

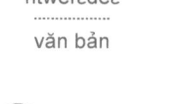

adesua

bài học

twerɛ wo din

sổ lớp

nsɔhwɛ

thi kiểm tra

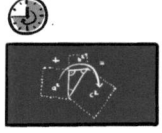

abodinkrataa

chứng chỉ

sukuu ataadeɛ

đồng phục học sinh

adesua

giáo dục

nyansa nwoma

từ điển bách khoa

suapɔn

đại học

maakroskop

kính hiển vi

map

bản đồ

kɛntɛn a yɛde krataa nwura gu mu

thùng rác giấy

akwantuo

du lịch

ahɔhogyebea
khách sạn
Grand
hostɛl
nhà trọ
ROOMS
baabi a yɛ sesa sika
quầy đổi tiền
potomanto
va li
kaa
xe ô tô

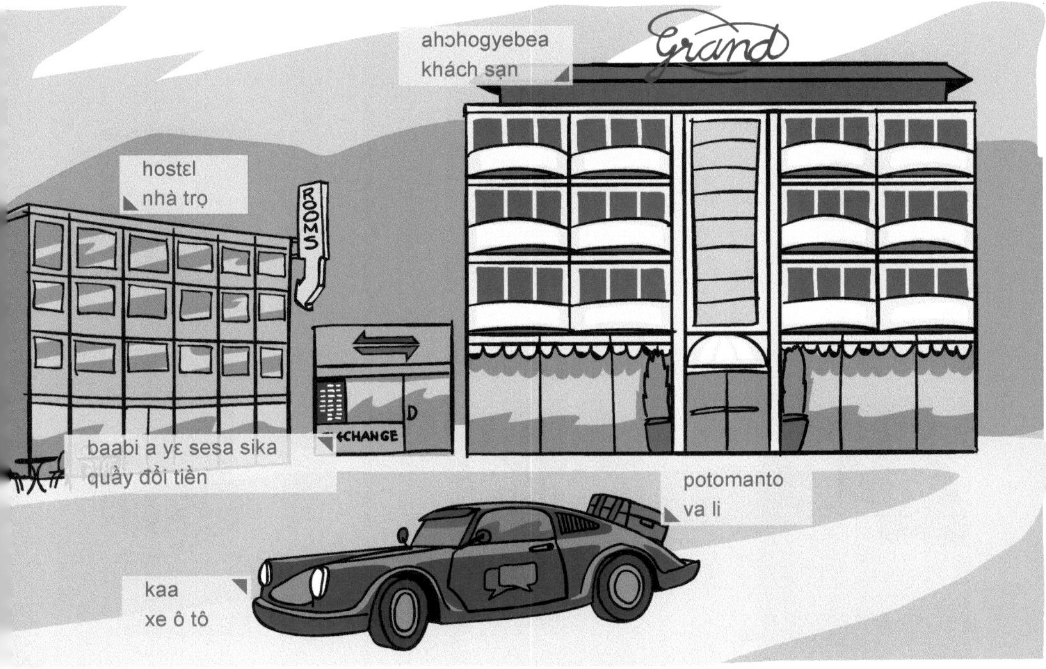

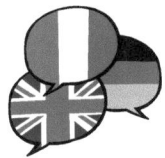

kasa

ngôn ngữ

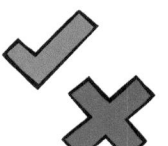

aane / dabi

có / không

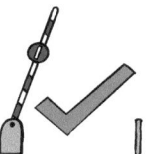

Yoo

ô kê

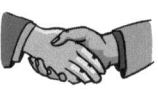

hɛlo

Xin chào

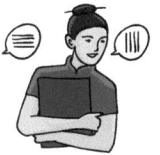

kasa asekyerɛfoɔ

thông dịch viên

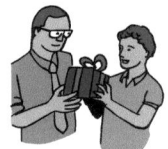

Medaase

cám ơn

...boɔ yɛ sɛn?

... bao nhiêu tiều?

Me nte aseɛ

tôi không hiểu

ɔhaw

vấn đề

Maadwo!

Xin chào! (buổi tối)

Maakye!

xin chào! (buổi sáng)

Dayie!

chúc ngủ ngon!

baibai o

tạm biệt

akwankyerɛ

hướng đi

wo nneɛma

hành lý

bɔtɔ

túi xách

akyirebɔtɔ

túi ba lô

ɔhɔhoɔ

khách

danmu

phòng

bɔtɔ a yɛda mu

túi ngủ

ntomadan

lều

nsɛm dema wɔn a wɔkɔ
nsrahwɛ
thông tin du lịch

mpoano
bãi biển

kaade a yɛde yi sika
thẻ tín dụng

anɔpa aduane
ăn sáng

awua aduane
ăn trưa

anwumerɛ aduane
ăn tối

tiket
vé xe

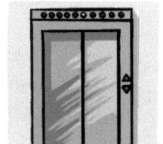

pegya
thang máy

stamp
tem bưu điện

ɛhyeɛ so
biên giới

kutɔmfoɔ
hải quan

embasi
đại sứ quán

visa
thị thực

passpɔt
hộ chiếu

akɔneabadie
vận chuyển

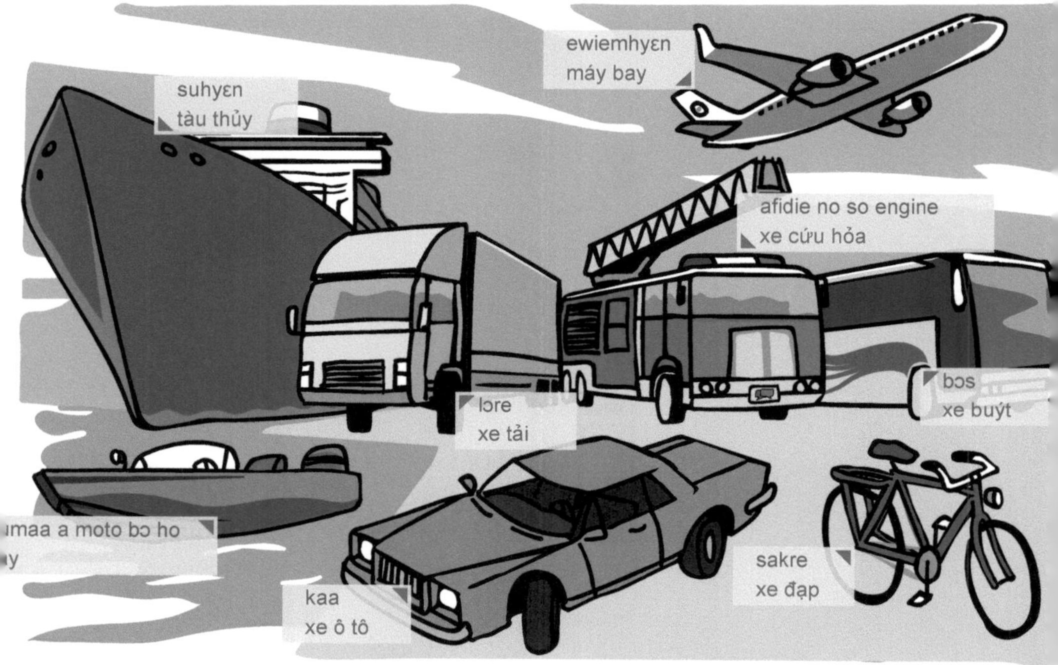
ewiemhyɛn
máy bay
suhyɛn
tàu thủy
afidie no so engine
xe cứu hỏa
bɔs
xe buýt
lɔre
xe tải
ımaa a moto bɔ ho
y
sakre
xe đạp
kaa
xe ô tô

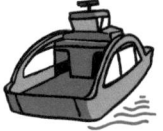

hyɛma

phà

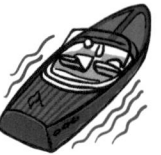

suhyɛn kumaa

xuồng

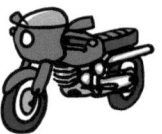

motosakre

xe máy

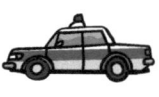

polisifoɔ kaa

xe cảnh sát

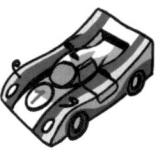

kaa a ɛkɔ mirika akansie

xe đua

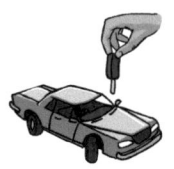

kaa a yɛde ma ahan

xe cho thuê

wɔre kyɛ kaa

dịch vụ thuê xe tự lái

lɔre a asɛeɛ

xe kéo cứu hộ

bɔɔla kaa

xe rác

moto

động cơ

pɛtro

xăng

baabi a yɛbu pɛtro

trạm xăng

trafik ahyɛnsodeɛ

biển báo giao thông

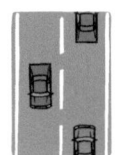

trafik

giao thông

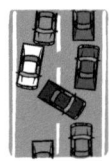

trafik akye

ách tắc giao thông

baabi a yɛde kaa esi

bãi đậu xe

keteke gyinabea

nhà ga

keteke kwan

đường ray

keteke

xe lửa

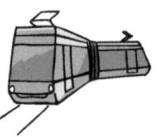

tram

tàu điện

ponkɔ kaa

toa xe

helikopta

máy bay trực thăng

ewiemhyɛnbea

sân bay

abansoro

tháp

apasingyani

hành khách

tontowa

côngtenơ

adaka

thùng các-tông

kaate

xe đẩy

kɛntɛn

cái giỏ

atu / asi fam

cất cánh / hạ cánh

kuro kɛseɛ
thành phố

akurase

làng

kuro dwaberɛ mu

trung tâm thành phố

efie

nhà

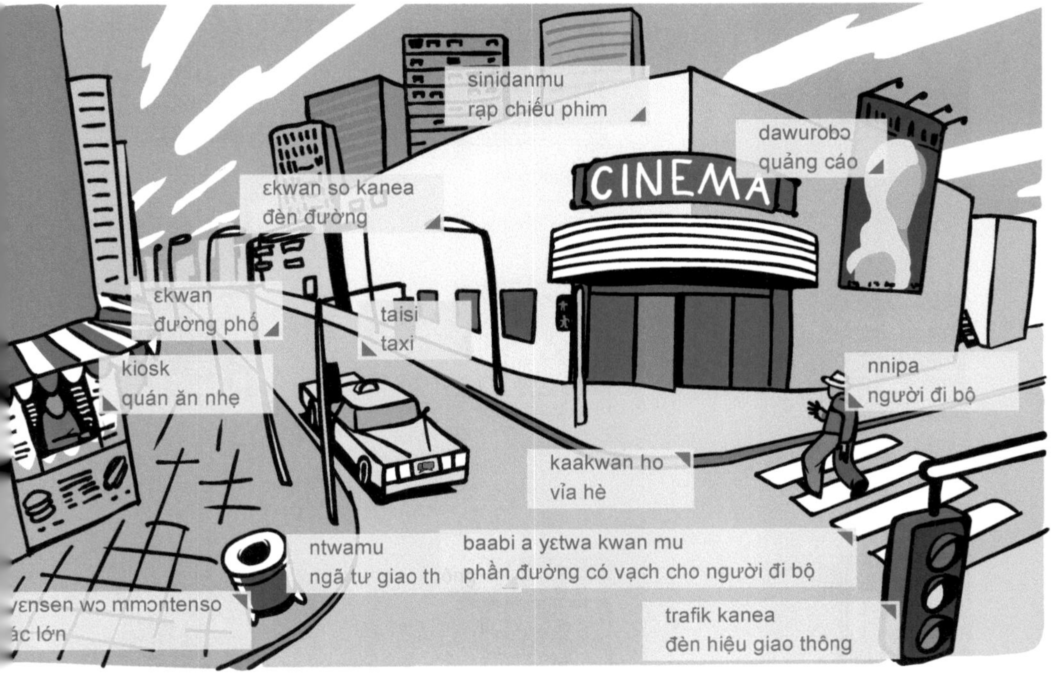
sinidanmu
rạp chiếu phim
CINEMA
dawurobɔ
quảng cáo
ɛkwan so kanea
đèn đường
ɛkwan
đường phố
taisi
taxi
kiosk
quán ăn nhẹ
nnipa
người đi bộ
kaakwan ho
vỉa hè
ntwamu
ngã tư giao th
baabi a yɛtwa kwan mu
phần đường có vạch cho người đi bộ
ɛnsen wɔ mmɔntenso
ác lớn
trafik kanea
đèn hiệu giao thông

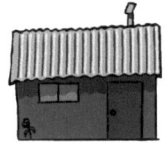

apata

nhà chòi

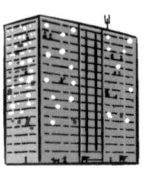

efie

căn hộ

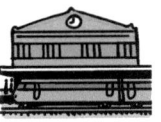

keteke gyinabea

nhà ga

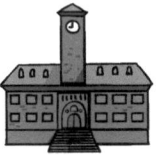

adwaberɛm

tòa thị chính

MUSEUM

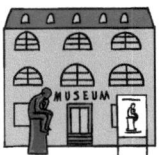

bea a yɛ kora tete nneɛma

viện bảo tàng

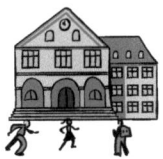

sukuu

trường học

suapɔn

đại học

sikakrobea

ngân hàng

ayaresabea

bệnh viện

ahɔhogyebea

khách sạn

famasi

hiệu thuốc

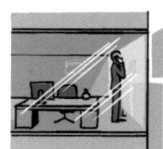

asoeɛ

văn phòng

sotɔɔ a wotɔn nwoma

hiệu sách

sotɔɔ

cửa hiệu

baabi yɛtɔn nhwiren

cửa hiệu bán hoa

sotɔɔpɔn

siêu thị

edwam

chợ

sotɔɔ kɛseɛ

cửa hàng bách hóa

baabi a yɛtɔn mpataa

người bán cá

dwadibea kɛseɛ

trung tâm mua bán

suhyɛn gyinabea

bến cảng

kuro kɛseɛ - thành phố

baabi kaa gyina

công viên

bɛnkye

ghế băng

ɛtwene

cầu

atwedeɛ

cầu thang

asaase ase

tàu điện ngầm

ɛbɔn

đường hầm

baabi a bɔs gyina

trạm xe buýt

nsanombea

quán bar

adidibea

khách sạn

lɛta adaka

hòm thư công cộng

ɛkwan so akwankyerɛ

bảng hiệu đường

baabi kaa gyina ho mita

đồng hồ đậu xe

zoo

vườn bách thú

nsuo a yɛ dware mu

bể bơi

nkramodan

nhà thờ Hồi giáo

afuo

nông trại

deɛ egu mmɔnten so fi

ô nhiễm môi trường

asieɛ

nghĩa trang

asɔre

nhà thờ

agodibea

sân chơi

asɔre dan

ngôi đền

mmɔnten so asiesie
phong cảnh

ahaban
lá cây

sanbɔd
bảng chỉ đường

kwan
lối đi

asaase a ɛsere wɔ so
bãi cỏ

boba
hòn đá

ɔnantefoɔ
người đi bộ đường dài

dua
cây

asubɔnten
sông

ɛsere
cỏ

nhwiren
bông hoa

amenamu

thung lũng

bepɔ

đồi

tadeɛ

hồ nước

kwaeɛ

rừng

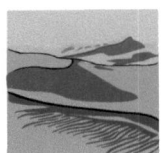

ɛserɛ so

sa mạc

egya a efri botan mu

núi lửa

abankɛseɛ

lâu đài

nyankontɔn

cầu vồng

emere

nấm

abɛtene

cây cọ

ntomntom

con muỗi

tu

con ruồi

ntɛtea

con kiến

wowa

con ong

ananse

con nhện

amankuo

bọ cánh cứng

apɔnkyerɛni

con ếch

opuro

con sóc

apɛsɛ

con nhím

adanko

con thỏ

patuo

con cú

anomaa

con chim

nsuo mu dabodabo

thiên nga

kɔkɔte

heo rừng

adoa

con hươu

ɔtweenini

nai sừng tấm

dam

đê

wind turbine afidie

tuabin gió

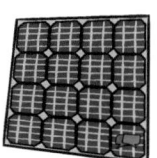

afidie a ɛkye awia

tấm năng lượng mặt trời

wiem nsakraeɛ

khí hậu

ɔsom adidieɛ
bồi bàn

aduane a ɛwɔ hɔ
thực đơn

akonwa
ghế

nkwan
súp

pisa
bánh pizza

ntoma a ɛse pono so
khăn trải bàn

ntere a yɛde didi
bộ dao nĩa ăn

mprampra anom

món ăn khai vị

aduane no ankasa

món ăn chính

mpa anom

món tráng miệng

nsa

thức uống

aduane

thức ăn

toa

cái chai

aduane hyewhyew

thức ăn nhanh

abɔnten so aduane

thức ăn đường phố

tii kukuo

ấm trà

asikyire konko

hộp đường

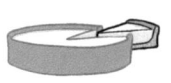

wo kyɛfa

khẩu phần

espresso afidie

máy pha espresso

akonwa tenten

ghế cao

wo ka

hóa đơn

apanpan

khay

sekan

dao

adinam

nĩa

atere

thìa

atere ketewa

thìa uống trà

napkin a yɛde pepa ano

khăn ăn

glase

cốc thủy tinh

prɛte
....
đĩa

kwan kyɛnsee
....
đĩa súp

prɛte ketewa
....
đĩa lót cốc

abomu
....
nước sốt

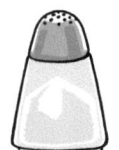

nkyene kukuo
....
lọ muối

yɛde yam mako
....
cái xay tiêu

fenega
....
giấm

anwa
....
dầu

aduhwam
....
gia vị

kɛkyɔp
....
nước xốt cà chua

mustad
....
tương hạt cải

mayones
....
nước sốt mayonnaise

sotɔɔpɔn

siêu thị

ntesoɔ soronko
chào giá đặc biệt
FOR
adetɔfoɔ
khách hàng
nanatwie nufusuo
sản phẩm từ sữa
aduaba
trái cây
hwiili
xe đẩy mua sắm

BUTCHERS

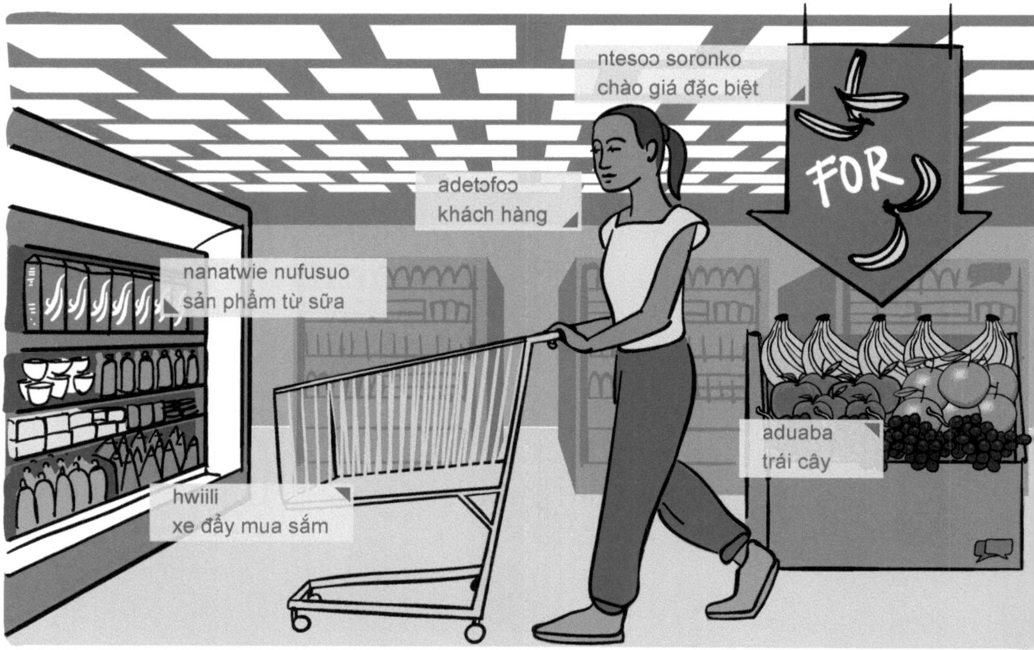

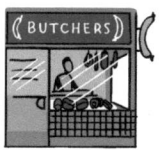

baabi a yɛtɔn nam

lò mổ

BAKERY

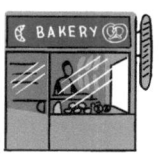

baabi a yɛtɔn paano

cửa hiệu bán bánh mì

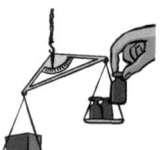

susu

cân nặng

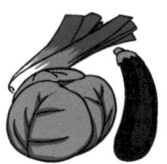

atosodeɛ

rau quả

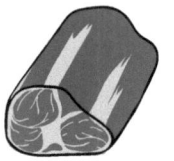

nam

thịt

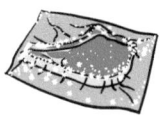

frigyemu aduane

thức ăn đông lạnh

nam a adwoɔ

lát thịt nguội

kyɛnsee mu aduane

đồ hộp

paoda samena

bột giặt

adedɔkodɔkɔ

đồ ngọt

efie nneɛma

sản phẩm dùng trong gia đình

adetɔneɛ a yɛde pepa fin

chất tẩy rửa

nnipa a ɔtɔn adeɛ

người bán hàng

afidie a egye sika

quầy trả tiền

ɔgyegye sika

nhân viên thu ngân

ataa a wodi rekɔ di dwa

danh sách mua sắm

berɛ a wɔde bua

giờ mở cửa

sikabotɔ

ví tiền

kaade a yɛde yi sika

thẻ tín dụng

baage

túi đeo

rɔba baage

túi ny lông

nsuo

nước

aduaba mu nsuo

nước quả ép

nufusuo

sữa

kok

coca-cola

wain nsa

rượu vang

biya

bia

mmorosa

cồn

kokoo

cacao

tii

trà

kofe

cà phê

espresso

espresso

kapukyino

cappuccino

kwadu

chuối

apol

quả táo

ankaa

quả cam

melon

dưa hấu

akutoɔ

chanh

karɔt

cà rốt

garlik

tỏi

pampro

tre

gyeene

củ hành

mmere

nấm

nkateɛ

hạt dẻ

talia

mì

spageti

mì spaghetti

ɛmo

cơm

salad

xà lách

kyipis

khoai tây chiên

abrɔdwomaa a y'akye

khoai tây chiên

pisa

bánh pizza

hambɔga

bánh hamburger

sanwekye

bánh mì sandwich

nam a dompe nnim

thịt côtlet

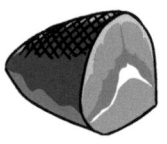

preko nam

thịt giăm bông

nam a y'ahata

xúc xích

sɔsege

dồi

akokɔ

gà

toto

rán

apataa

cá

oosu koko

cháo yến mạch

muesli

cháo muesli

konflese

bánh bột ngô nướng

esam

bột mì

krossant

bánh sừng bò

paano a y'abobɔ

bánh mì

paano

bánh mì

paano a y'atoto

bánh mì nướng

biskete

bánh bích quy

bɔta

bơ

nufusuo a ada

sữa đông

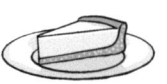

keeke

bánh ngọt

kosua

trứng

kosua a y'akyeɛ

trứng rán

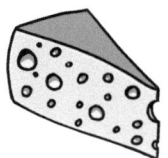

kyiis

pho mát

asskrim

kem

asikyire

đường

ɛwoɔ

mật ong

gyaam

mứt

kyokolete

kem nougat

kɔri

cà ri

afuo
nông trại

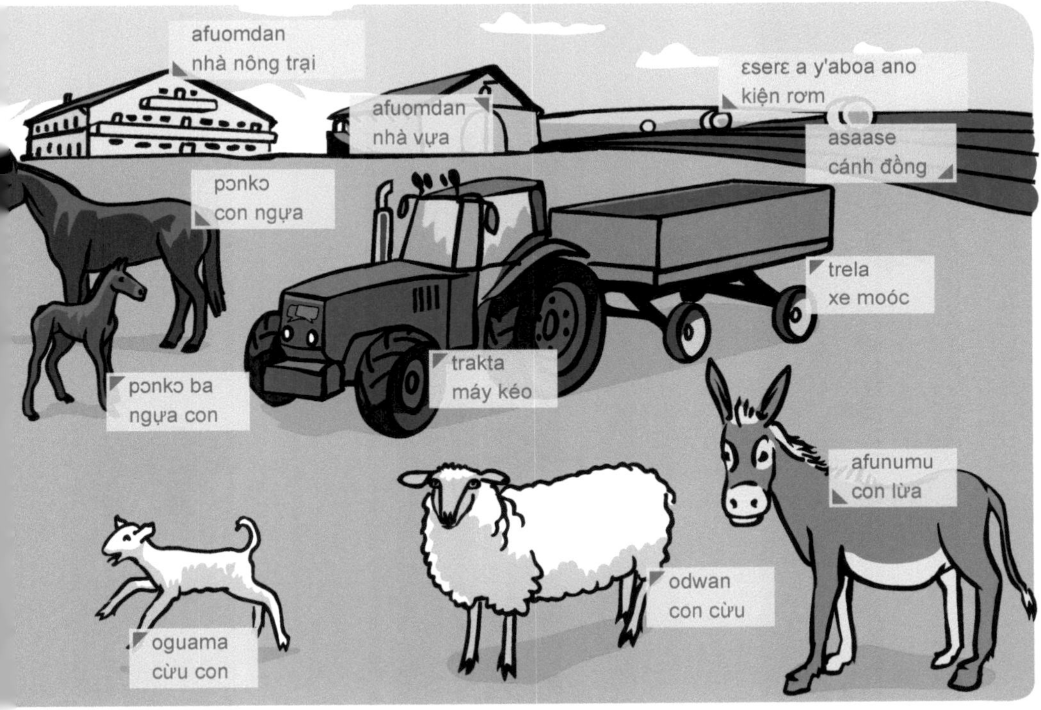
afuomdan
nhà nông trại
afuomdan
nhà vựa
ɛserɛ a y'aboa ano
kiện rơm
asaase
cánh đồng
pɔnkɔ
con ngựa
trela
xe moóc
trakta
máy kéo
pɔnkɔ ba
ngựa con
afunumu
con lừa
odwan
con cừu
oguama
cừu con

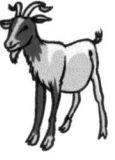

apɔnkye

con dê

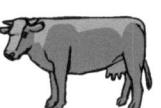

nantwie

con bò

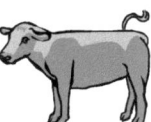

nantwie ba

con bê

prɛko

con lợn

prɛko ba

lợn con

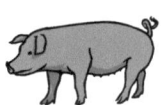

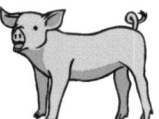

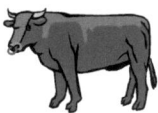

nantwinini

bò đực

dabodabo nua

con ngỗng

dabodabo

con vịt

akokɔba

gà con

akokɔbedeɛ

gà mái

akokɔnini

gà trống

kusie

con chuột

ɔkra

mèo

akura

chuột nhắt

nantwinini

bò đực

kraman

con chó

kraman buo

nhà chuồng chó

afuom drobɛn

ống tưới vườn cây

tontora a yɛde gu nsuo

thùng tưới cây

sekan a yɛde twa aburo

lưỡi hái

funtum dadeɛ

cái cày

afuo - nông trại

kↄntↄnkrↄ

cái liềm

asↄ

cái cuốc

afuom adinam

cái chĩa

akuma

cái rìu

hweebaro

xe cút kít

adidika

máng ăn

nufusuo konko

lọ sữa

botↄ

bao tải

ɛban

hàng rào

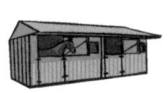

pↄnkↄ dan

chuồng

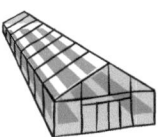

ntomadan a yɛyɛ mu afuo

nhà kính trồng cây

anwea

đất trồng

aba

hạt giống

ↄyɛ asaaseyie

phân bón

otwaberɛ trakta

máy gặt đập liên hợp

twa

thu hoạch

otwaberɛ

mùa thu hoạch

bayerɛ

khoai lang

ayuo

lúa mì

soya

đậu nành

abrɔdwomaa

khoai tây

aburo

ngô

repu aba

hạt cải dầu

dua a ɛso aba

cây ăn trái

bankye

sắn

aburo asefoɔ

ngũ cốc

efie
nhà

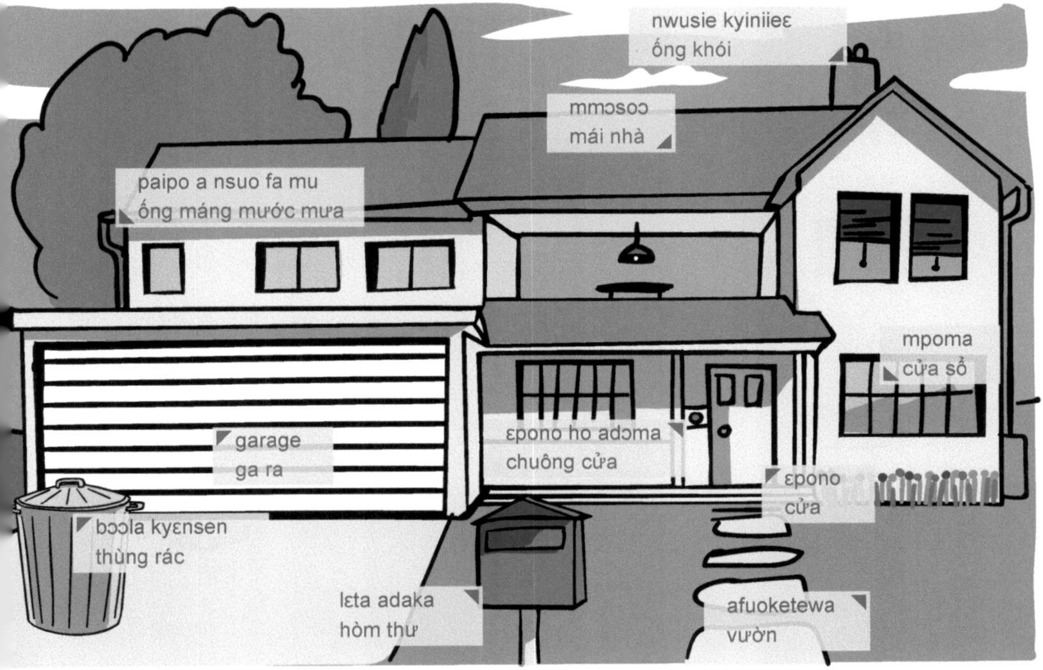
nwusie kyiniieɛ
ống khói
mmɔsoɔ
mái nhà
paipo a nsuo fa mu
ống máng mướć mưa
mpoma
cửa sổ
garage
ga ra
ɛpono ho adɔma
chuông cửa
ɛpono
cửa
bɔɔla kyɛnsen
thùng rác
lɛta adaka
hòm thư
afuoketewa
vườn

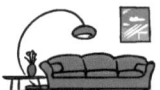

asaso

phòng khách

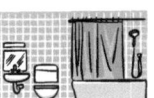

adwareɛ

phòng tắm

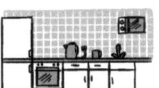

mukaase

bếp

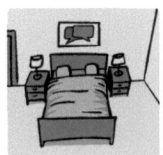

pie mu

phòng ngủ

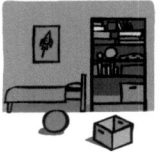

nkwadaa dan mu

phòng trẻ em

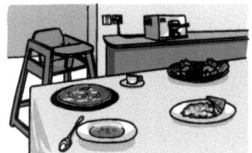

dan a yɛdidi mu

phòng ăn

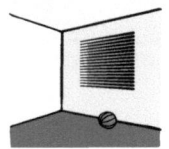

εfam

nền nhà

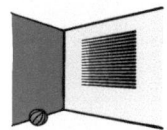

εban

tường

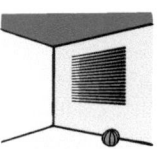

abruuso

trần nhà

danbloo

tầng hầm

adwereε a εbɔ ɔhyew

tắm hơi

abranaa

ban công

abranaaso

sân hiên

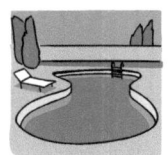

nsuo a yεdware mu

bể bơi

afidie a yεde dɔ

máy cắt cỏ

nsεfam

khăn trải giường

ntoma a εse kεtε so

khăn trải giường

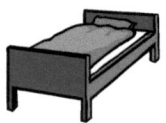

mpa

giường

prayε

chổi

bokiti

cái xô

dane

công tắc điện

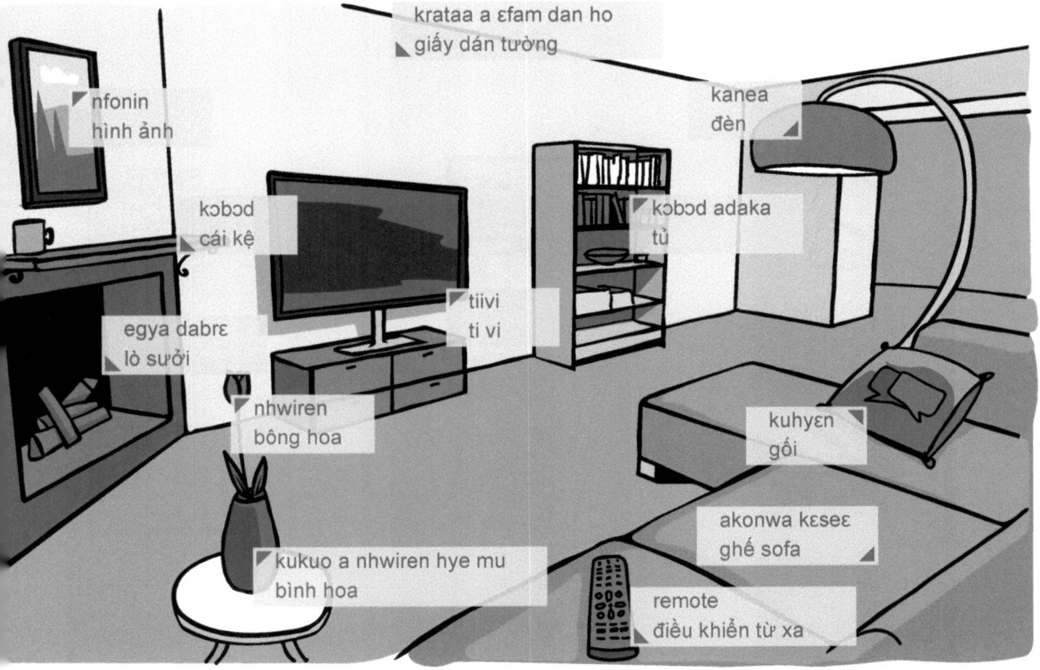

krataa a ɛfam dan ho
giấy dán tường

nfonin
hình ảnh

kanea
đèn

kɔbɔd
cái kệ

kɔbɔd adaka
tủ

tiivi
ti vi

egya dabrɛ
lò sưởi

nhwiren
bông hoa

kuhyɛn
gối

akonwa kɛseɛ
ghế sofa

kukuo a nhwiren hye mu
bình hoa

remote
điều khiển từ xa

kapɛte

thảm

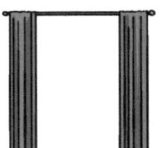

ntwaa dan mu

rèm

ɛpono

cái bàn

akonwa

ghế

akonwa a ehinhim

ghế bập bênh

akonwa a yɛgyegye dan

ghế bành

nwoma

sách

kuntu

cái chăn

dan mu nsiesie

đồ trang trí

egya

củi

sini

phim

wailɛs

máy hi-fi

safoa

chìa khóa

koowaa krataa

báo

nfonin a y'adwi

bức tranh

nfam danho

áp phích

radio

radio

krataa a yɛ twere mu

sổ ghi chép

afidie a ɛprapra

máy hút bụi

kaktus

cây xương rồng

kyɛnere

cây nến

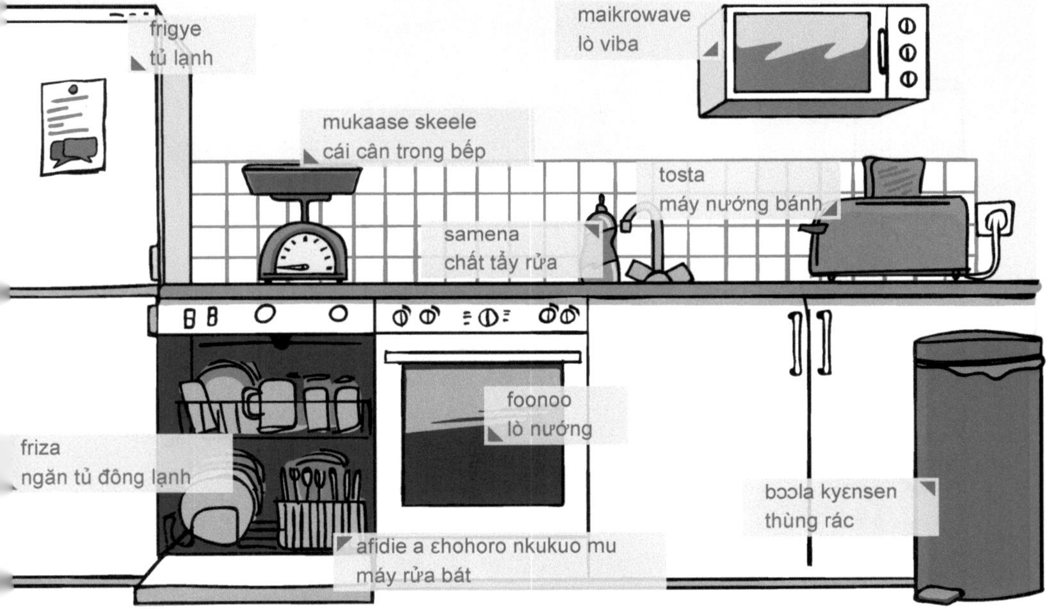

frigye
tủ lạnh

maikrowave
lò viba

mukaase skeele
cái cân trong bếp

tosta
máy nướng bánh

samena
chất tẩy rửa

friza
ngăn tủ đông lạnh

foonoo
lò nướng

bɔɔla kyɛnsen
thùng rác

afidie a ɛhohoro nkukuo mu
máy rửa bát

abɛɛfo bukyea

lò nấu

kokuo

nồi

dadesɛn

nồi sắt

wok / kadai

chảo

kyɛnsee

chảo

nsuo hyeɛ afidie

ấm đun nước

stiima

nồi đun hơi

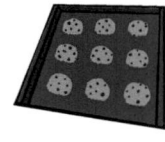

apa a yɛ to so adeɛ

khay lò nướng

prɛte, kuruwa, ntere ne nea ɛkeka ho

bát đĩa

kuruwa a etumi bɔ

cốc

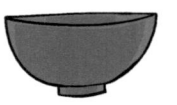

kyɛnsee

cái bát

nnua a yɛde didi

đũa

kwantre

cái vá

dua atere

bàn xẻng

yɛde nu adeɛ mu

que đánh kem

sɔneɛ

rây dùng trong bếp

fefe

cái rây lọc

greta

cái nạo

waduro

vữa

kyinkyinga

vỉ nướng

bukyea

ngọn lửa trần

pono a yɛ twitwaso adeɛ

cái thớt

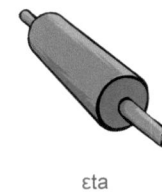

ɛta

trục cán bột

deɛ yɛtu nsa so

cái mở nút chai

konko

vỏ đồ hộp

deɛ yɛde bue konko so

cái mở vỏ đồ hộp

yɛde sɔ kukuo mu

miếng nhấc nồi

sink

bồn rửa bát

brɔhye

bàn chải

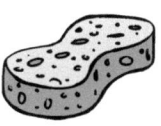

sapɔ

miếng xốp

aduane yam fidie

máy xay

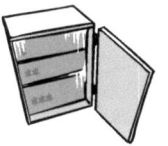

friza nini

tủ đông lạnh

toa a abɔdoma nom ano

bình sữa cho trẻ sơ sinh

paipo

vòi nước

mukaase - bếp

adwareɛ

phòng tắm

ɔhyewbɔ
lò sưởi
bɔɔloba
khăn lau
hyawa
vòi hoa sen
ntoma etwa hyawa mu
rèm che ngăn tắm
ahuro a yɛdware mu
tắm bọt
pan a yɛdware mu
bồn tắm
glase
cốc thủy tinh
afidie a esi nnɛma
máy giặt
paipo
vòi nước
tiailse
gạch lát
kuraba
cái bô
sink
bồn rửa bát

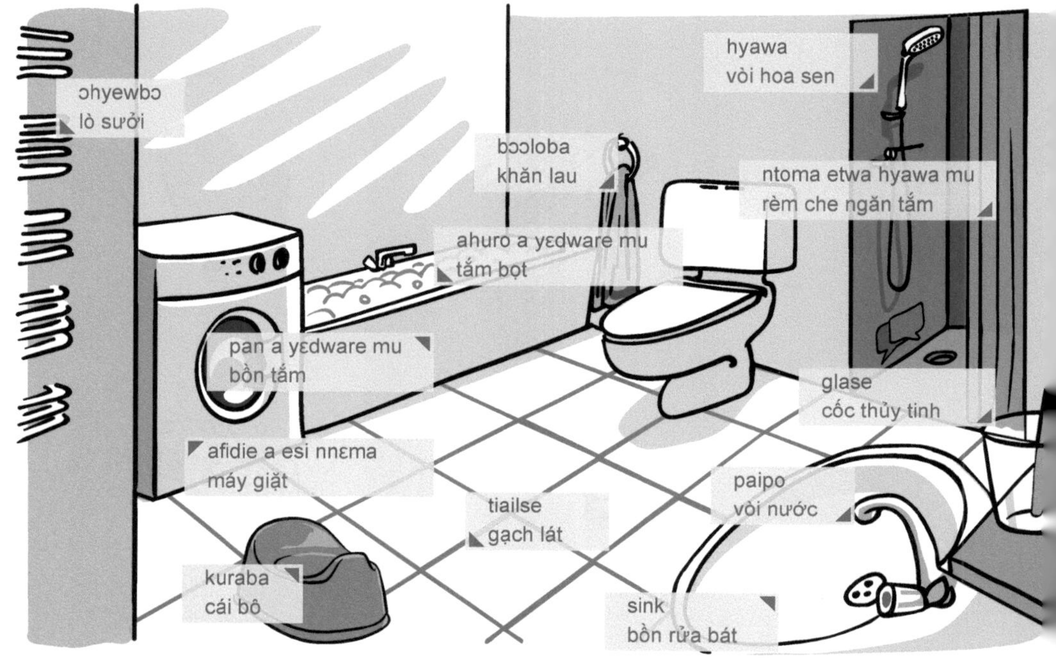

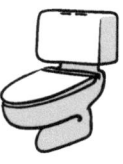

teɛfi

bồn cầu

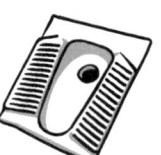

teɛfi a yɛ koto so

bồn cầu ngồi xổm

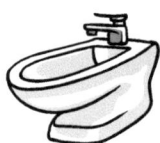

bidet teɛfi

bồn rửa hậu môn

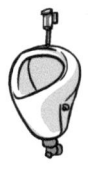

dwonsɔ dan

bồn tiểu tiện

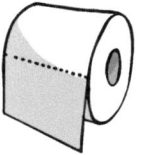

teɛfi so krataa

giấy vệ sinh

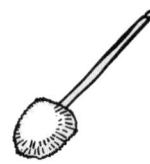

teɛfi so brɔhye

bàn chải cọ bồn cầu

rɔhye a yɛde twitwiri see

bàn chải đánh răng

aduro a yɛde twitwiri see

kem đánh răng

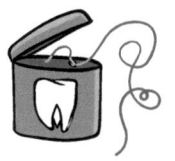

yɛde yiyi ɛsee mu

chỉ nha khoa

si

rửa

hyawa a yɛsɔ mu

vòi sen cầm tay

paipo a yɛde hohoro
ananmu
vòi rửa hậu môn

bokiti

bồn rửa

brɔhye a wode dware w'akyi

bàn chải cọ lưng

samena

xà phòng

hyawa samena

sữa tắm

nsuo samena

dầu gội

flanɛl ntoma

khăn cọ để tắm

baabi a nsu fa pue

lỗ thoát nước

nku

kem

yɛde fefa amotoamu

chất khử mùi

ahwehwɛ

gương

ahwehwɛ a yɛsɔ mu

gương tay

bled

dao cạo râu

ahuro a yɛde yi nwi

kem cạo râu

aduro a yɛde fefa baabi a
wo ayi nwi

nước thơm dùng sau khi
cạo râu

afen

cái lược

brɔhye

bàn chải

afidie a ɛwo nwi

máy xấy tóc

enwi sopre

keo xịt tóc

pɔns

đồ trang điểm

lipstike

thỏi son môi

penti a yɛde mɔreɛ so

sơn bôi móng

asaawa

bông

apasɔɔ a etwa mmɔreɛ

kéo cắt móng

aduhwam

nước hoa

adwareɛ baage

túi đựng đồ tắm

edwa

ghế đẩu

skele

cái cân

adwereɛ ataadeɛ

áo choàng tắm

rɔba a yɛde hyɛ nsa ho

găng tay làm vệ sinh

tampon

nút gạc

abɛɛfo amonsen

băng vệ sinh

teɛfi a aduro gum

nhà vệ sinh hóa chất

nkwadaa dan mu

phòng trẻ em

klɔk a ɛbɔ nkaeɛ
đồng hồ báo thức
kyoobi
thú bông
toi kaa
xe đồ chơi
akasaa
cái lúc lắc
broniba dan
nhà búp bê
seeseiara
món quà

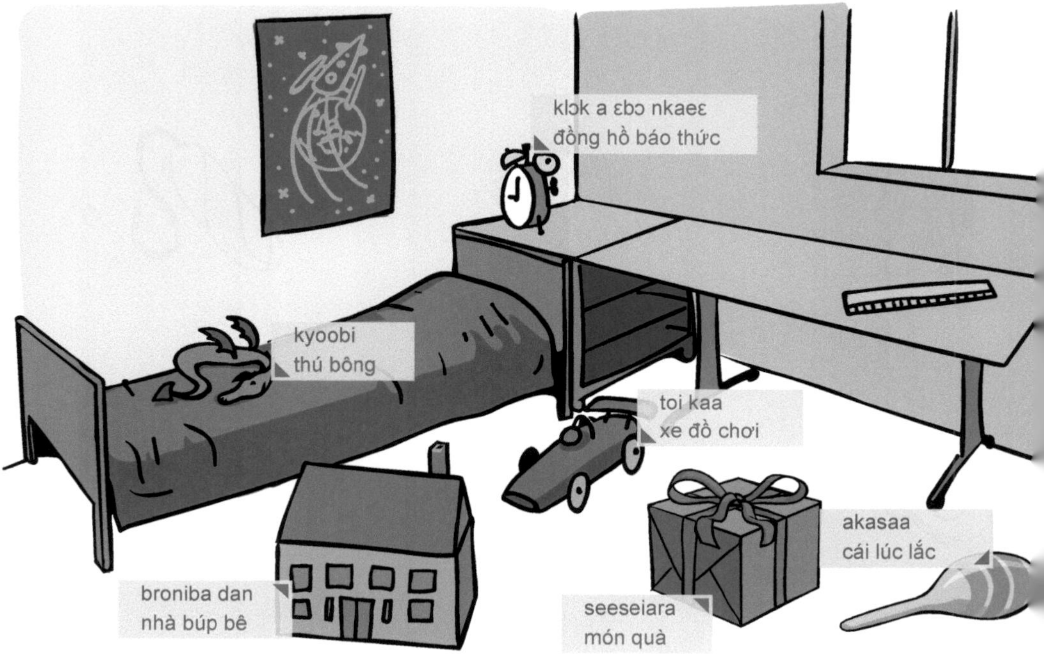

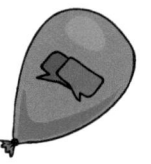

baaluu

bong bóng

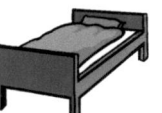

mpa

giường

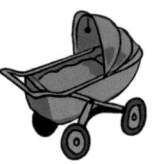

nkwadaa kaa

xe nôi

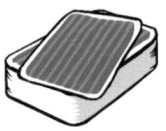

sopaa

trò chơi bài

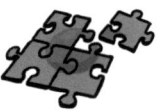

gyiksɔɔ

trò chơi ghép hình

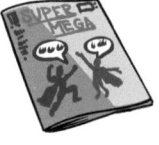

nsɛnkwa

truyện tranh

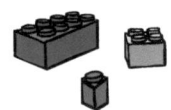

lego blɔg

gạch Lego

blɔg a yɛde si dan

khối xếp hình

nnipa ɔbɔhye

nhân vật hành động

abɔdoma ataadeɛ

liền quần cho trẻ sơ sinh

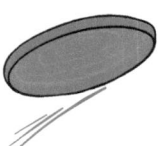

frisbee

đĩa nhựa để ném

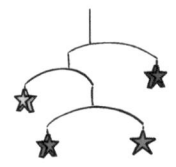

mobail

đồ chơi treo trên giường

ponoso agodie

trò chơi cờ bàn

daahye

xúc xắc

nkwadaa keteke

đồ chơi xe lửa mô hình

koliko

ti giả

apontoɔ

buổi tiệc

nfonin nwoma

sách tranh

bɔɔlo

quả bóng

broniba

búp bê

di agorɔ

chơi

anwea adaka

hố cát

adonko

cái đu

tois

đồ chơi

video agodie apaawa

máy chơi game cầm tay

sakre a ne nan meɛnsa

xe ba bánh

kyoobi

gấu bông

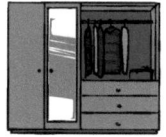

wɔdropo

tủ quần áo

ntaadeɛ

y phục

sɔks

bít tất

stokens

bít tất dài

sekentait

quần tất

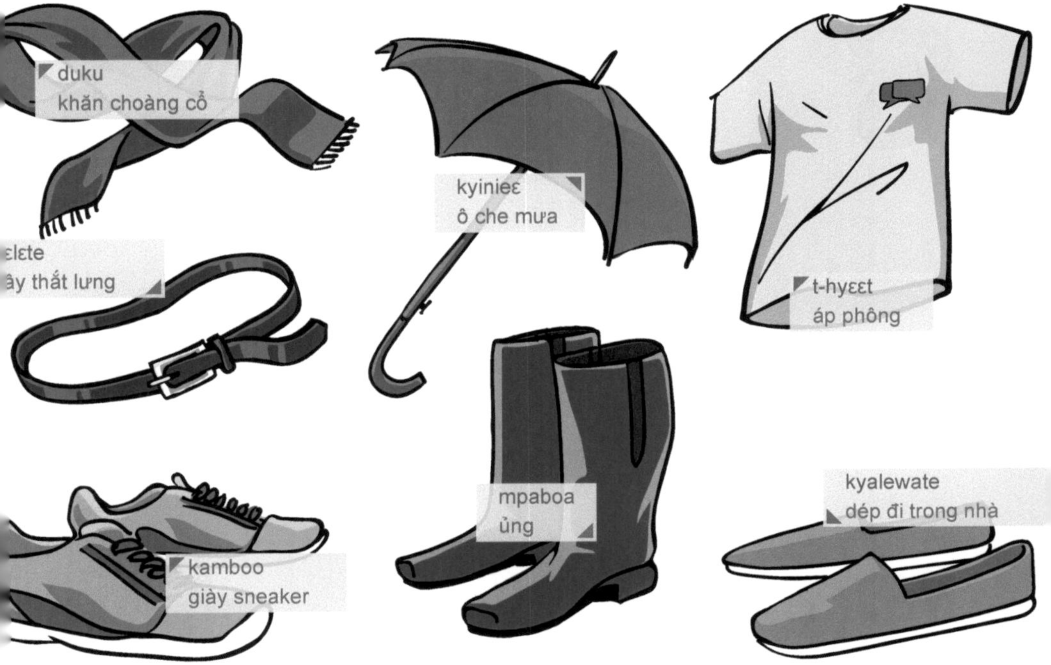

duku
khăn choàng cổ

kyiniɛ
ô che mưa

ɛlɛte
ây thắt lưng

t-hyɛɛt
áp phông

mpaboa
ủng

kyalewate
dép đi trong nhà

kamboo
giày sneaker

asopatre
....
dép xăng đan

mpoboa
....
giày

rɔba mpaboa
....
ủng cao su

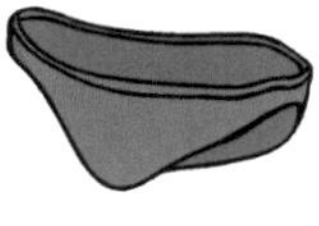

ɛtam
....
quần lót

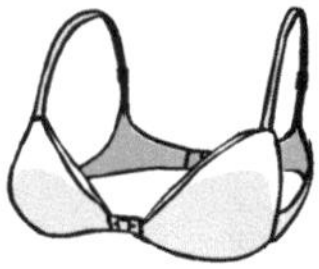

bra
....
áo ngực

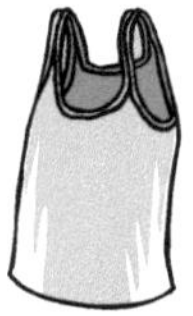

singlɛte
....
áo vest

nipadua

áo ôm sát cơ thể

trɔsa

quần dài

gyins

quần bò

sekɛɛt

váy

ɛsoro ataadeɛ

áo cánh

hyɛɛte

áo sơ mi

nkatoho a ɛko awɔ

áo len chui đầu

hoodie

áo len

koot

áo blazer

nkatasoɔ

áo jacket

nkatasoɔ

áo khoác

nsutɔ mu nkataho

áo mưa

dwumadie bi ho ataadeɛ

trang phục

mmaa atadeɛ

áo váy

ayefrɔ ataadeɛ

áo cưới

kootu

bộ com lê

mmaa ataadeɛ a yɛde da

áo ngủ

pigyamas ataadeɛ

pijama

sari

trang phục sari

duku

khăn trùm đầu

abotire

khăn đội đầu

burka

áo burka

kaftan

áo captan

nkramofoɔ mmaa atadeɛ

áo aba

adeɛ a yɛde dware nsuo

quần áo bơi

asenemu ataadeɛ

quần bơi

nika

quần đùi

agokansie ntaadeɛ

quần áo tracksuit

akatasoɔ

tạp dề

nsa nkataho

găng tay

bɔtom

cái cúc

sopɛɛse

kính mắt

ahwneɛ

vòng đeo tay

komadeɛ

vòng cổ

kawa

nhẫn

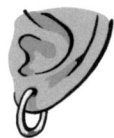

asomadeɛ

hoa tai

ɛkyɛ

mũ lưỡi trai

yɛde koot sɛn so

cái mắc treo áo quần

ɛkyɛ

mũ

abɔmene mu

cà vạt

zip

dây kéo phéc mơ tuya

ɛkyɛ denden

mũ bảo hiểm

bresis

dây đeo quần

sukuu ataadeɛ

đồng phục học sinh

adwuma ataadeɛ

đồng phục

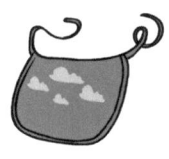

mmɔfra bib

yếm trẻ em

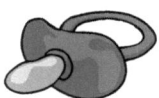

koliko

ti giả

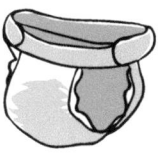

nkwadaa napken

tã lót

asoeɛ

văn phòng

sɛɛva
máy chủ
kabenɛt
tủ hồ sơ
printa
máy in
krataa
giấy
monita
màn hình
Maws
chuột máy tính
ɛpono a yɛyɛ so adwuma
bàn làm việc
nhyemu
thư mục
ntwerɛɛɛ pono
bàn phím
yɛde krataa nwura gu mu
c giấy
komputa
máy tính
akonwa
ghế

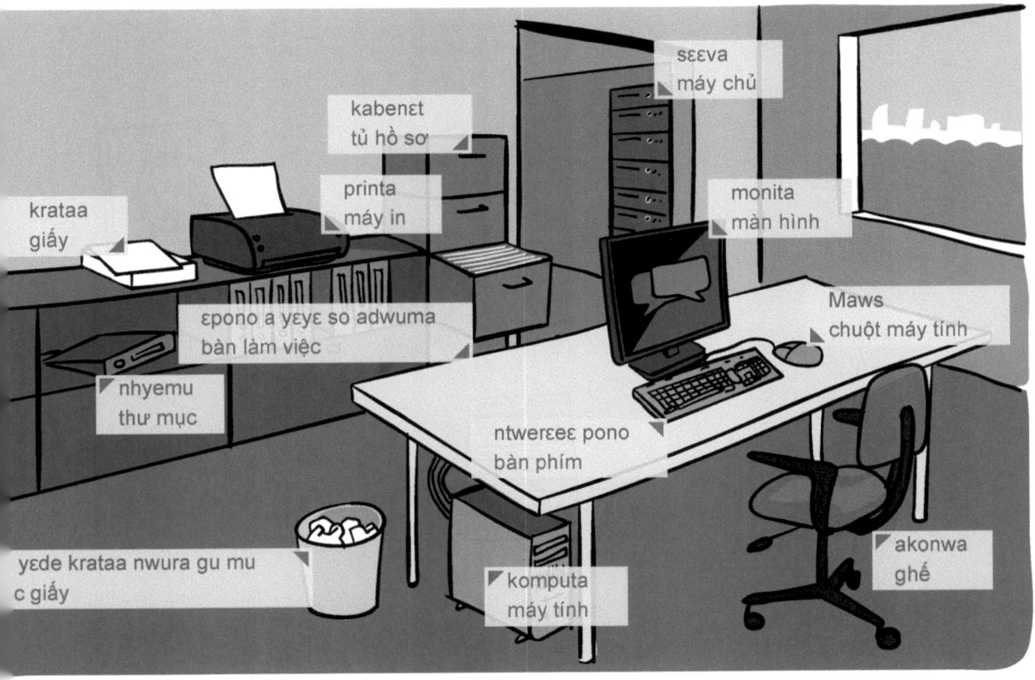

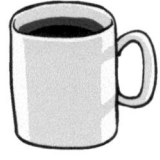

kɔfe kuruwa

cốc cà phê

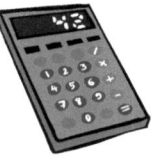

akontabuo fidie

máy tính bỏ túi

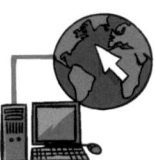

intanɛt

internet

laptop

laptop

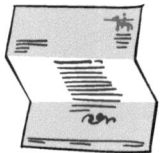

lɛta

thư

nkratɔɔ

tin nhắn

mobail kasafidie

điện thoại di động

nɛtwɛke

mạng

fotokɔpi

máy photocopy

softwɛɛ

phần mềm

tetefon

điện thoại

sɔkɛt

ổ cắm điện

faks afidie

máy fax

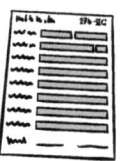

katraa

mẫu đơn

nkrataa

chứng từ

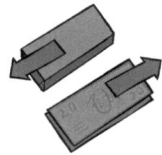

tɔ
....
mua

tua
....
trả tiền

di dwa
....
buôn bán

sika
....
tiền

dollar
....
đô la

euro
....
Euro

yen
....
yên

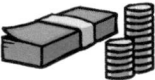

rubel
....
rúp

Swiss franks
....
franc Thụy Sĩ

renminbi yuan
....
nhân dân tệ

rupii
....
rupi

baabi yɛtua sika
....
máy rút tiền tự động

baabi a yɛ sesa sika

quầy đổi tiền

sika kɔkɔɔ

vàng

dwetɛ

bạc

now

dầu

ahɔɔden

năng lượng

ne boɔ

giá tiền

kontragye

hợp đồng

ɛtoɔ

thuế

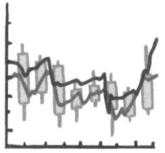

stɔk

cổ phiếu

adwuma

làm việc

adwumayɛni

nhân viên

adwumawura

chủ lao động

mfididwuma mu

nhà máy

sotɔɔ

cửa hiệu

nwuma ahodoɔ
nghề nghiệp

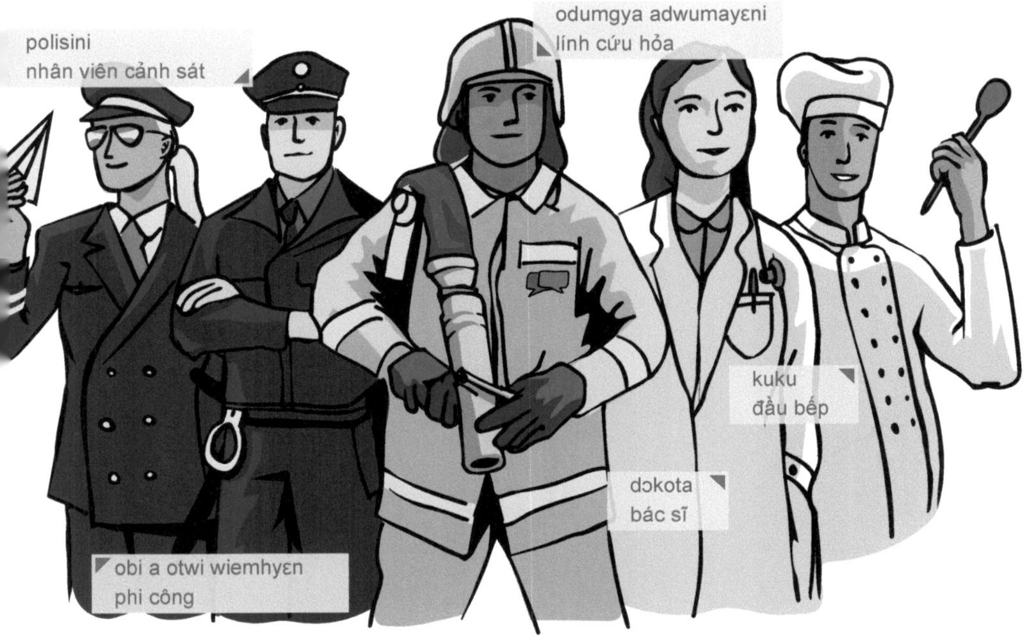

polisini
nhân viên cảnh sát
odumgya adwumayɛni
lính cứu hỏa
kuku
đầu bếp
dɔkota
bác sĩ
obi a otwi wiemhyɛn
phi công

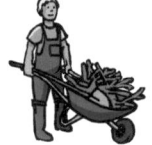

ɔyɛ afuo

người làm vườn

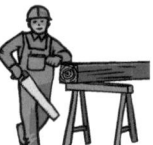

dua dwomfoɔ

thợ mộc

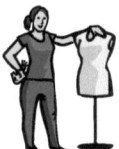

adepani baa

thợ may

atɛnmuafoɔ

chánh án

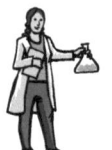

ɔtɔn nnuro

nhà hóa học

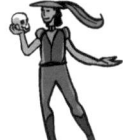

sini yɛfoɔ

diễn viên

bɔs drɔba

tài xế xe buýt

taisi drɔba

người lái taxi

ɔpofoɔ

ngư dân

ɔbaa a osiesie fie

người lau dọn vệ sinh

ɔbɔdanso

thợ lợp mái nhà

ɔsom adidieɛ

bồi bàn

bɔmɔfoɔ

thợ săn

penta

họa sĩ

ɔto paano

thợ làm bánh

ɔyɛ nkaneɛ ho adwuma

thợ điện

ɔdansifoɔ

thợ xây dựng

inginia

kỹ sư

ɔdwa nam

người hàng thịt

plɔmba

thợ sửa ống nước

krataa manefoɔ

người đưa thư

sogyani

người lính

ɔdwi adan

kiến trúc sư

ɔgyegye sika

nhân viên thu ngân

ɔtɔn nhwiren

người bán hoa

ɔyɛ tire

thợ cắt tóc

meeti

nhân viên soát vé

fitani

thợ cơ khí

nnipa a otwi suhyɛn

thuyền trưởng

ɛsee dɔkota

nha sĩ

abɔdeɛ mu nimdefoɔ

nhà khoa học

rabi

giáo sĩ Do thái

kramo panin

lãnh tụ Hồi giáo

ɔsɔfo

nhà sư

osɔfo

mục sư

anwenade

dụng cụ

hama
cây búa
playa
kìm
skrudrɔba
tua vít
sopana
cờ lê
abɛɛfo tɛnee
đèn pin

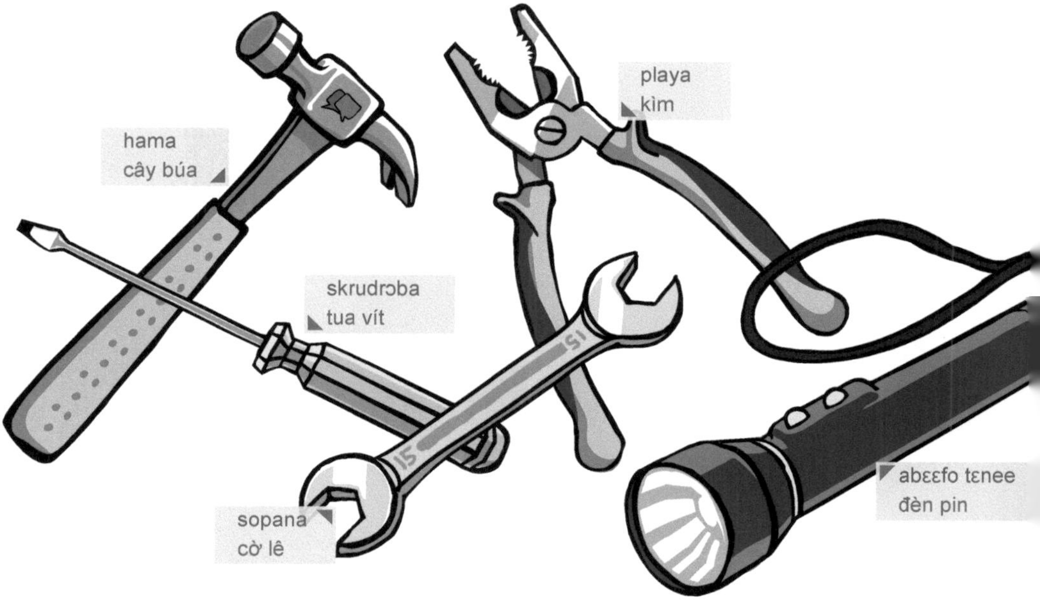

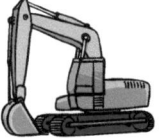

otu amena

máy xúc đất

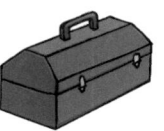

anwenade adaka

hộp dụng cụ

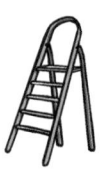

atwedeɛ

cái thang

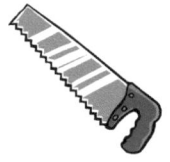

asradaa

cưa

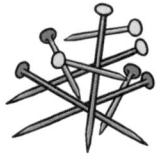

nnadewa

đinh

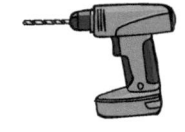

afidie a yɛde bɔne tokro

máy khoan

siesie

sửa chữa

sofi

cái xẻng

Ebei!

khốn nạn!

asanwura

cái hót rác

penti kukuo

thùng sơn

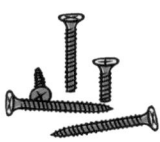

skruu

vít

nneɛma a yɛde bɔ nwom
nhạc cụ

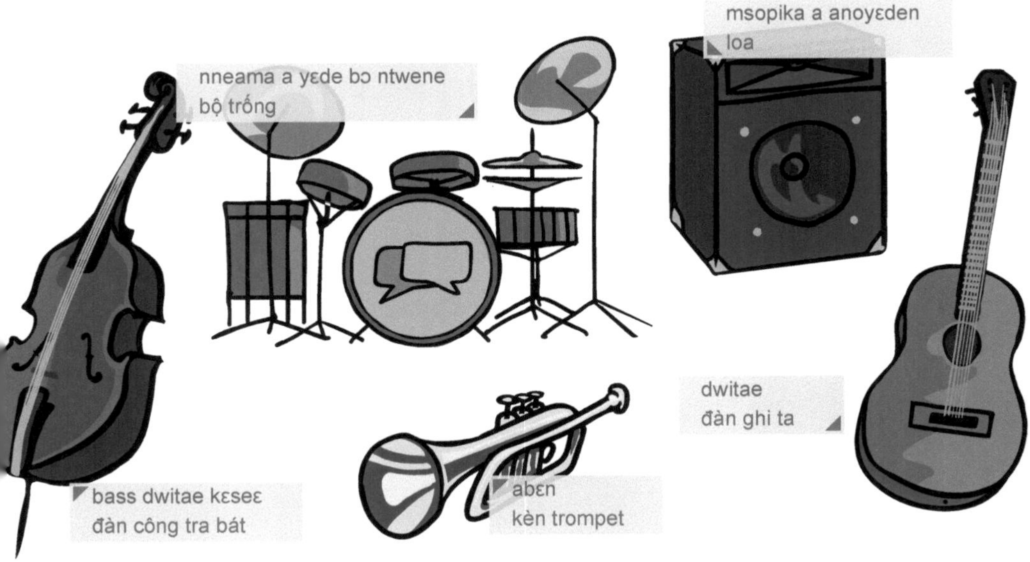

nneama a yɛde bɔ ntwene
bộ trống

msopika a anoyɛden
loa

dwitae
đàn ghi ta

bass dwitae kɛseɛ
đàn công tra bát

abɛn
kèn trompet

sankuo

đàn piano

ahoma sankuo

đàn vĩ cầm

bass dwitae

ghi ta bass

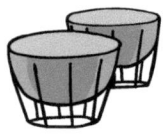

atumpan

trống định âm

ntwene

trống

ntwerɛeɛ apa

đàn organ

saksofon

kèn Saxophone

atentenbɛn

sáo

maikrofon

micro

vườn bách thú

εpono ano
lối vào

cεbɔ
con cọp

mmoa dan
lồng

zebra
ngựa vằn

mmoa aduane
thức ăn gia súc

panda
gấu trúc

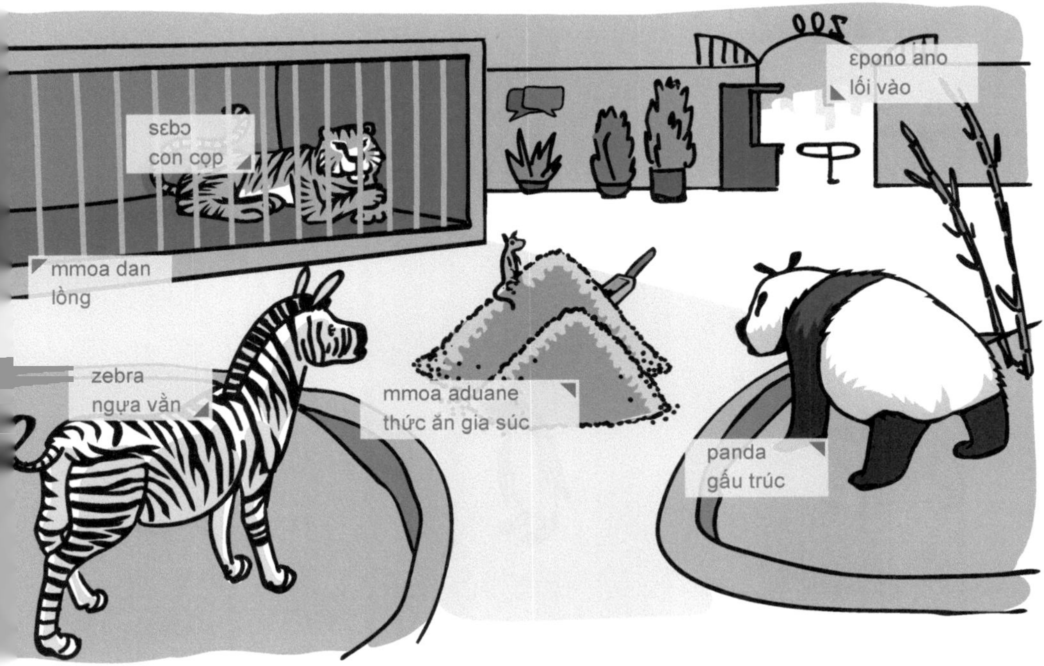

mmoa

động vật

ɔsono

con voi

kangaru

chuột túi

raino

tê giác

akatea

khỉ đột

sisire

con gấu

afunupɔnkɔ

lạc đà

sohori

đà điểu

gyata

sư tử

adwee

con khỉ

flamingo

hồng hạc

ako

con vẹt

awɔ mu sisire

gấu bắc cực

penguin

chim cánh cụt

oboodede

cá mập

akɔkonini abankwa

con công

wɔwɔ

con rắn

dɛnkyɛm

cá sấu

nnipa ɛhwɛ zoo so

người trông giữ vườn bách thú

nsuo mu gyata

hải cẩu

sebɔ

báo đốm

zoo - vườn bách thú

pɔnkɔ ba

ngựa lùn

etwie

con báo

susuono

hà mã

kɔntenten

hươu cao cổ

ɔkɔdeɛ

đại bàng

kɔkɔte

heo rừng

apataa

cá

sudandan

con rùa

walrus

hải mã

sakraman

con cáo

ɔtwee

linh dương

Amerikafoɔ futbɔɔlo
bóng bầu dục Mỹ

skre twie
đua xe đạp

tennis
quần vợt

basketbɔɔlo
bóng rổ

nsuom adwareɛ
bơi

akutruku
đấm bốc

asukɔkyea so hɔki
khúc côn cầu trên băr

futbɔl
bóng đá

badmintin
cầu lông

mirikatuo
điền kinh

bɔɔlo a yɛde nsa bɔ
bóng ném

skii
trượt tuyết

polo
polo

nwumadie
các hoạt động

huri
nhảy
to dwom
ca hát
bam
ôm
sere
cười
nante
đi bộ
bɔ mpaeɛ
cầu nguyện
fe ano
hôn
so daeɛ
mơ

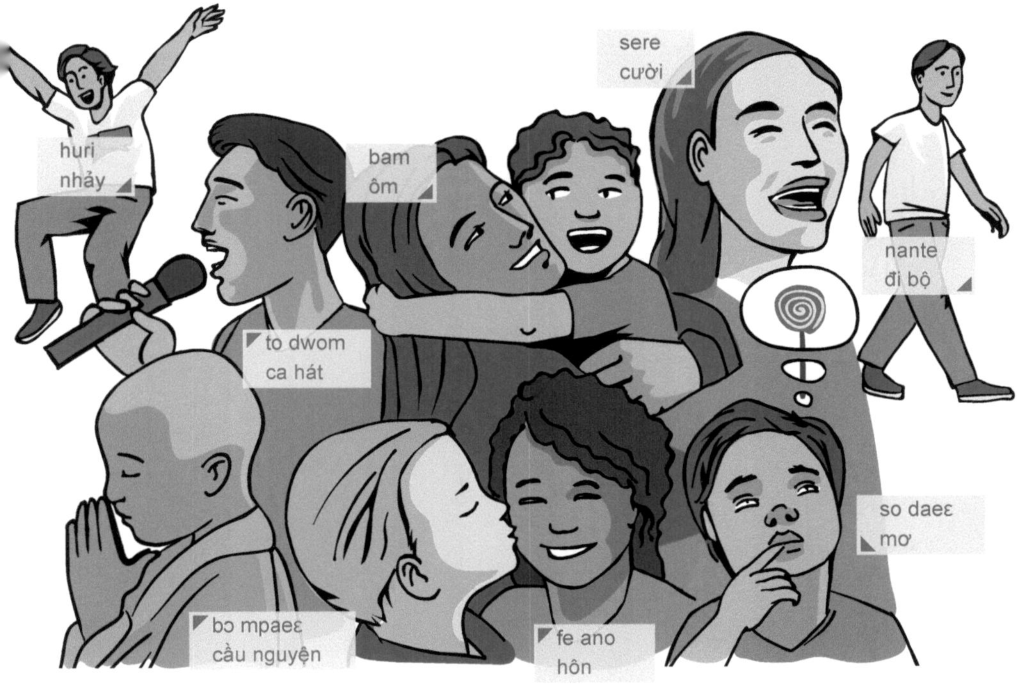

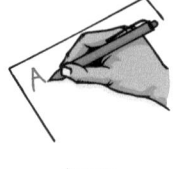

twerɛ
viết

dwi
vẽ

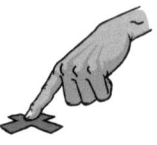

kyerɛ
chỉ trỏ

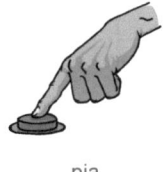

pia
đẩy

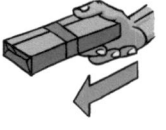

ma
cho

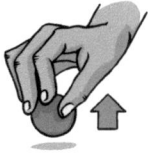

fa
lấy đi

nya

có

yɛ

làm

yɛ

thì / là

gyina

đứng

tu mirika

chạy

twe

kéo

to

ném

tɔ fam

rơi

da hɔ

nằm

twɛn

chờ đợi

soa

mang vác

tenase

ngồi

hyɛ ataadeɛ

mặc quần áo

da

ngủ

nyane

thức dậy

hwɛ

xem

su

khóc

san ho

vuốt ve

nunum

chải

kasa

nói chuyện

te aseɛ

hiểu

bisa

câu hỏi

tie

nghe

nom

uống

didi

ăn

yɛ nsiesie

dọn dẹp

ɔdɔ

yêu

noa

nấu nướng

twi

lái xe

tu

bay

fa nsuo so

đi thuyền buồm

sese

tính toán

kenkan

đọc

sua

học

adwuma

làm việc

ware

cưới

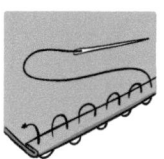

pam

khâu vá

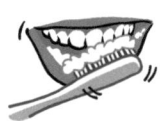

twitwiri wo se

đánh răng

kum

giết

nom gyɔt

hút thuốc

mane

gửi đi

a baa
nội (ngoại)

nana barima
ông nội (ngoại)

papa
cha

maame
mẹ

abɔdoma
trẻ con

ba baa
con gái

ba barima
con trai

ɔhɔhoɔ

khách

sewaa

cô (dì)

wɔfa

chú, bác (cậu)

nua barima

anh (em) trai

nua baa

chị (em) gái

nipadua

cơ thể

moma
trán
ani
mắt
abɛtire
vai
nsatea
ngón tay
anim
mặt
apantan
cằm
nsa
bàn tay
ɛnan
chân
nufoɔ
ngực
nsa
cánh tay

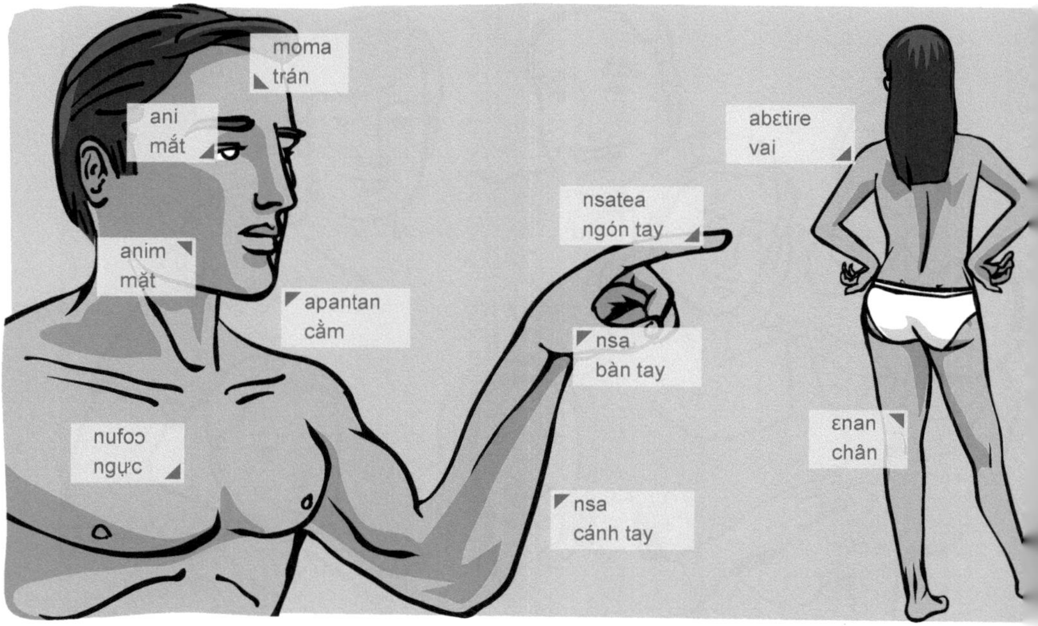

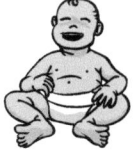

abɔdoma

trẻ con

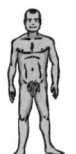

barima

đàn ông

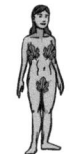

ɔbaa

phụ nữ

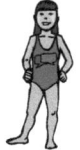

abayewa

bé gái

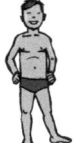

abarimawa

bé trai

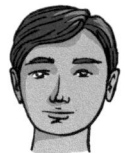

etire

đầu

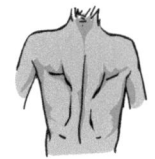

akyi

lưng

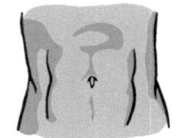

afro

bụng

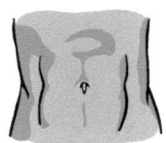

fruma

rốn

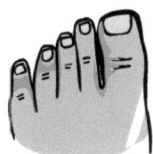

nansoa

ngón chân

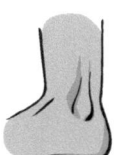

nantini

gót chân

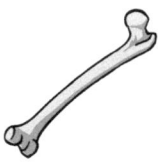

dompe

xương

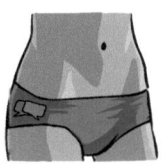

ataasɔɔ

hông

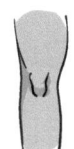

kotodwe

đầu gối

abatwɛ

khuỷu tay

ɛhwene

mũi

ɛtɔɔ

mông

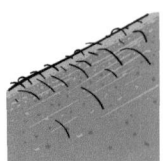

wedeɛ

da

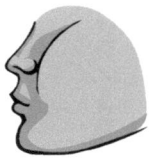

afono

má

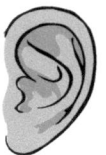

aso

tai

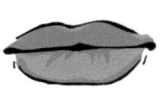

ano

môi

anom

miệng

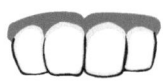

ɛsee

răng

tɛkyerɛma

lưỡi

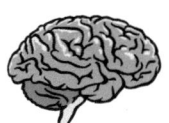

adwene

não

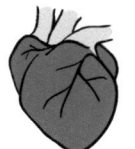

akoma

tim

ntini

cơ bắp

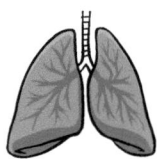

aharawa

phổi

brɛboɔ

gan

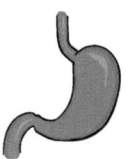

yafunu

dạ dày

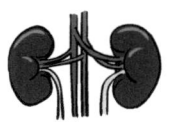

asaa

thận

nna

giao hợp

kɔndɔm

bao cao su

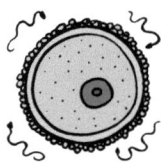

ɔbaa nkosua

noãn

barima ho nsuo

tinh dịch

nyinsɛn

mang thai

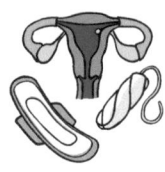

nsabuo

kinh nguyệt

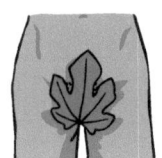

εtwε

âm vật

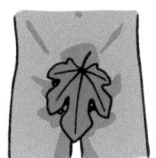

kɔteε

dương vật

anintɔn

lông mày

enwin

tóc

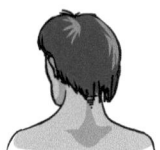

εkɔn

cổ

ayaresabea

bệnh viện

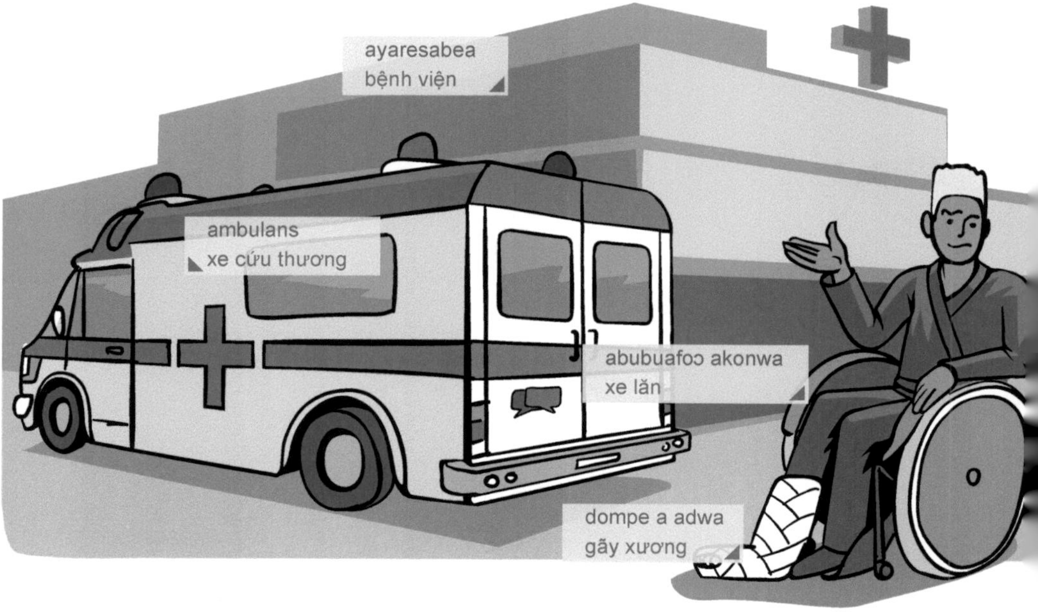

ayaresabea
bệnh viện
ambulans
xe cứu thương
abubuafoɔ akonwa
xe lăn
dompe a adwa
gãy xương

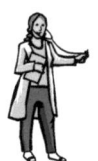

dɔkota

bác sĩ

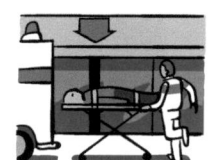

ɛdan a wɔde putupru nsɛm kɔmu

phòng cấp cứu

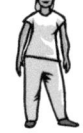

nɛɛse

y tá

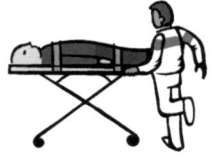

putupru

cấp cứu

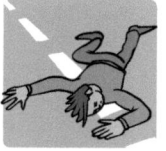

wɔ atwa ahwe

bất tỉnh

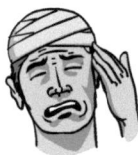

yea

cơn đau

epira

bị thương

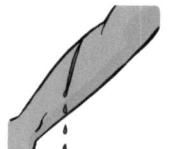

mogyatuo

chảy máu

akoma yarenini

nhồi máu cơ tim

stroke yareɛ

đột quỵ

allegyi

dị ứng

ɛwa

ho

ahoɔhyeɛ

sốt

papu

cúm

ayamtuo

tiêu chảy

tipaeɛ

đau đầu

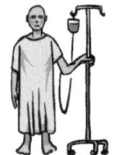

kokoram

ung thư

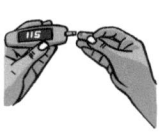

asikyire yareɛ

bệnh tiểu đường

ɔkota a ɛyɛ oprehyɛn

bác sĩ phẫu thuật

skapɛl sekan

dao mổ

aprehyɛn

giải phẫu

CT

chụp cắt lớp

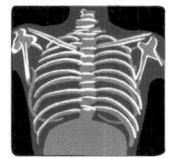

x-ray

chụp x-quang

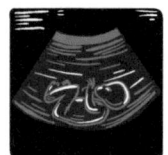

ultrasound

siêu âm

nkatanim

mặt nạ

yareɛ

bệnh

ɛdan a wɔ twɛn mu

phòng đợi

krɔhyes

cái nạng

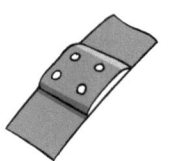

plasta

băng dán vết thương

banege

băng bó

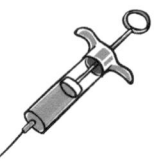

paneɛ

tiêm thuốc

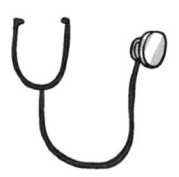

Stetoskop

ống nghe khám bệnh

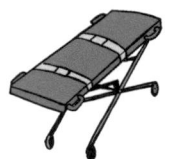

ahomankaa

băng ca

afidie a esusu ahoɔhyeɛ

nhiệt kế

awoɔ

sinh đẻ

kɛseɛ mmorosoɔ

thừa cân

afidie a ɛboa asɛmtie

máy trợ thính

aduro a ekum mmoawa

chất khử trùng

yareɛ a mmoawa deba

nhiễm trùng

vaarɔs

vi rút

HIV / AIDS

HIV / AIDS

aduro

thuốc

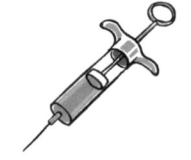

aduro a esi yareɛ ano

tiêm chủng

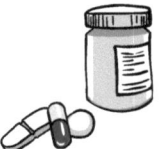

aduro tablɛte

thuốc viên

topaeɛ

viên thuốc

ɔfrɛ wɔ putupru so

gọi cấp cứu

afidie a esusu mogya mmroɔsoɔ

máy đo huyết áp

yareɛ / apomuden

bệnh / khỏe mạnh

Boa me!

cứu!

kɔkɔbɔ

báo động

ɛborɔ

cuộc đột kích

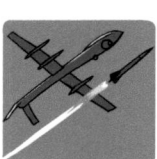

ato ahyɛ obi so

sự tấn công

ɛyɛ hu

mối nguy hiểm

baabi a yɛfa de pue putupru so

lối thoát hiểm

Ogya!

cháy!

afidie a yɛde dumgya

bình chữa cháy

nkwanhyia

tai nạn

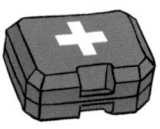

nneɛma yɛde sɔ yareɛ ano

bộ dụng cụ sơ cứu

SOS

SOS

polisi

cảnh sát

Yuropo

châu Âu

Amerika atifi

Bắc Mỹ

Amerika ananfoɔ

Nam Mỹ

Abiberm

châu Phi

Asia

châu Á

Australia

châu Úc

Atlantik

Đại Tây Dương

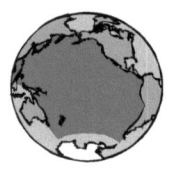

Pasifek

Thái Bình Dương

India po kɛseɛ

Ấn Độ Dương

Antaatek po keseɛ

Nam Cực Dương

Aatek po kɛseɛ

Bắc Băng Dương

Ewiase atifi

bắc cực

Ewiase anaafoɔ

nam cực

Antaatek

nam cực

Ewiase

trái đất

asaase

đất liền

ɛpo

biển

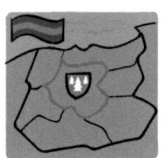

supɔ

đảo

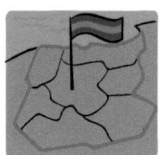

ɔman

quốc gia

ɔman

nhà nước

kloko no anim

mặt đồng hồ

dɔnhwere nsa no

kim chỉ giờ

sima nsa

kim chỉ phút

anitɛtɛ nsa no

kim chỉ giây

Abɔ sɛn?

Bây giờ là mấy giờ?

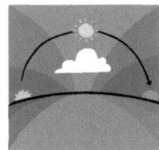

da

ngày

berɛ

thời gian

seeseiara

bây giờ

wkye a nɔma wɔ so

đồng hồ điện tử

sima

phút

dɔnhwere

giờ

nnawɔtwe
tuần lễ

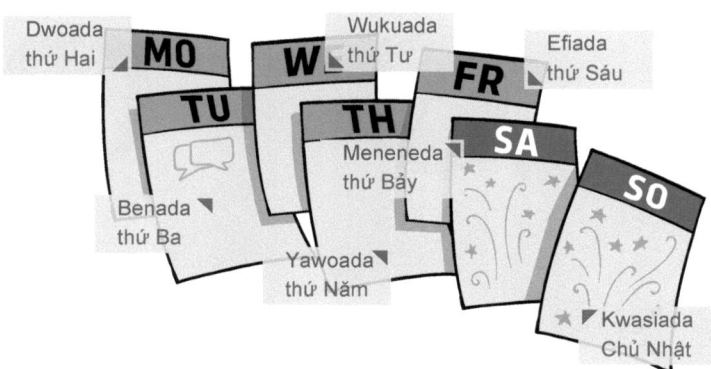

Dwoada — thứ Hai
Wukuada — thứ Tư
Efiada — thứ Sáu
Benada — thứ Ba
Meneneda — thứ Bảy
Yawoada — thứ Năm
Kwasiada — Chủ Nhật

ɛnora
hôm qua

ɛnora
hôm nay

ɔkyina
ngày mai

anɔpa
buổi sáng

prɛmtobrɛ
buổi trưa

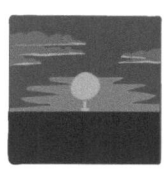

anwumerɛ
buổi tối

adwuma nna
ngày làm việc

nnawɔtwe awieɛ
cuối tuần

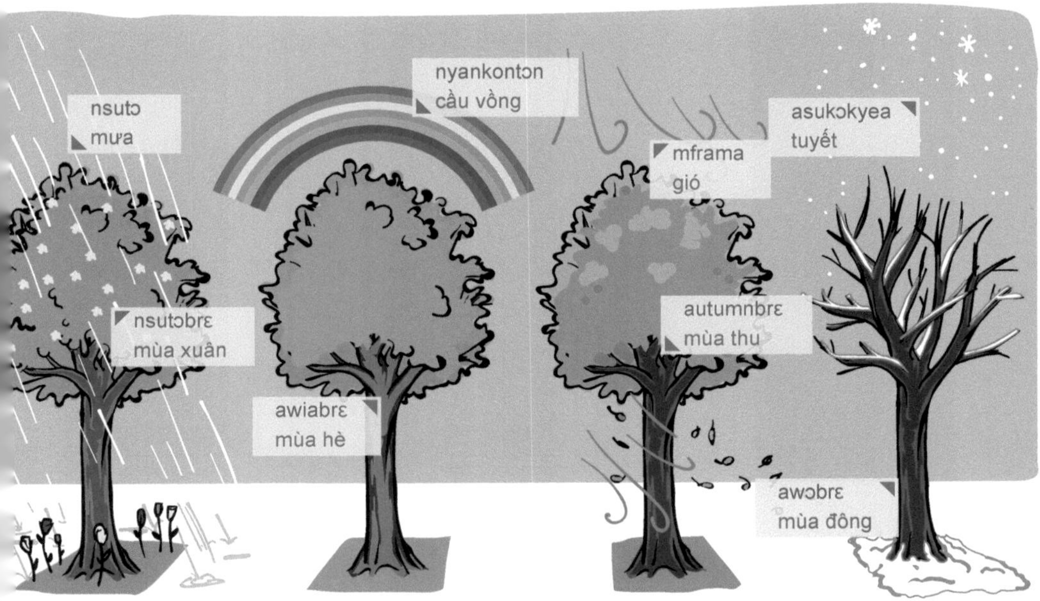

nsutɔ
mưa

nyankontɔn
cầu vồng

asukɔkyea
tuyết

mframa
gió

nsutɔbrɛ
mùa xuân

awiabrɛ
mùa hè

autumnbrɛ
mùa thu

awɔbrɛ
mùa đông

4.APRIL	11°	☀
5.APRIL	4°	
6.APRIL	13°	
7.APRIL	8°	❄
8.APRIL	10°	☀

ewiem nsakrɛeɛ

dự báo thời tiết

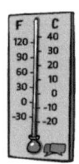

afidie a esusu ade ho hyeɛ

nhiệt kế

awiabɔ

ánh nắng

munukum

mây

ɛbɔ

sương mù

ewiem nsuo

độ ẩm không khí

ayerɛmo

tia chớp

apranaa

sấm sét

ehum

cơn bão

asukɔkyea

mưa đá

monsoonbrɛ

gió mùa

nsuyiri

lũ lụt

aise

nước đá

ɔpɛpɔn

tháng Một

ɔgyefoɔ

tháng Hai

ɔbɛnem

tháng Ba

Oforisuo

tháng Tư

Kotonimaa

tháng Năm

Ayɛwohomumu

tháng Sáu

Kitawonsa

tháng Bảy

ɔsanaa

tháng Tám

82

afe - năm

ɛbɔ
....
tháng Chín

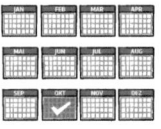

Ahinime
....
tháng Mười

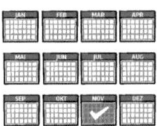

Obubuo
....
tháng Mười Một

ɔpɛnimaa
....
tháng Mười Hai

abosuo
hình dạng

kanko
....
hình tròn

sokwɛɛ
....
hình vuông

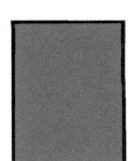

rɛktangel
....
hình chữ nhật

triangel
....
hình tam giác

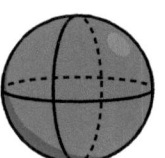

krukruwa
....
hình cầu

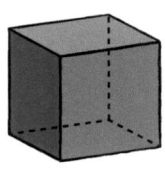

adaka
....
khối vuông

fitaa

màu trắng

akokɔ sradeɛ

màu vàng

ankaa

màu cam

pink

màu hồng

kɔkɔɔ

màu đỏ

pɛpol

màu tím

bruu

màu xanh dương

ahaban mono

màu xanh lá cây

braun

màu nâu

nson

màu xám

tuntum

màu đen

pii / ketewa

nhiều / ít

wo boafu / wɔ adwo

tức tối / điềm tĩnh

ɛyɛ fɛ / ɛyɛ tan

xinh đẹp / xấu xí

ahyɛseɛ / awieɛ

bắt đầu / kết thúc

kɛseɛ / esua

to / nhỏ

ɛha / esum

sáng / tối

nuabarima / nuabaa

(em) trai / chị (em) gái

ɛho te / ayɛ fin

sạch / bẩn

awie / enwieɛ

đủ / thiếu

awia / anadwo

ngày / đêm

awu / ɛte ase

chết / sống

emubae / ɛyɛ tea

rộng / chật hẹp

yɛde / yɛnni

ăn được / không ăn được

bɔne / tema

ác / tử tế

wɔ aniagye / wɔ ani nka

hào hứng / chán nản

ɔso / teatea

béo / gầy

edikan / etwatoɔ

đầu tiên / cuối cùng

adamfoɔ / atamfo

bạn / thù

ayɛ mma / hwee nim

đầy / rỗng

ɛdenden / mmerɛ mmerɛ

cứng / mềm

ɛyɛ duru / ɛyɛ ha

nặng / nhẹ

ɛkɔm / nsukɔm

đói / khát

yareɛ / apomuden

bệnh / khỏe mạnh

etia mmara / ɛwɔ mmara mu

bất hợp pháp / hợp pháp

nyansa / gyimi

thông minh / ngu

benkum / nifa

trái / phải

ɛbɛn / akyire

gần / xa

foforɔ / dada

mới / cũ

hwee / biribi

không có gì cả / có cái gì đó

wɔ anyini/ ɔsua

già / trẻ

sɔ /dum

bật / tắc

bue / tom

mở / đóng

dinn / dede

im lặng / ồn ào

ɔdefoɔ / ohia

giàu / nghèo

nifa / benkum

đúng / sai

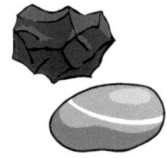

werewerɛwerewerɛ /
trɔntrɔn
sần sùi / mịn màng

awerɛhoɔ / anigyeɛ

buồn / vui

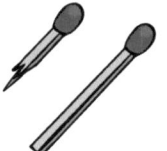

tietia / tenten

ngắn / dài

nyaa / ntɛm

chậm / nhanh

afɔ / awɔ

ẩm ướt / khô ráo

dedɛɛdeɛɛ / adwo

ấm áp / mát mẻ

akoo / asomdweɛ

chiến tranh / hòa bình

0	**1**	**2**
hwee	baako	mienu
số không	một	hai

3	**4**	**5**
meɛnsa	ɛnan	enum
ba	bốn	năm

6	**7**	**8**
nsia	nson	nwɔtwe
sáu	bảy	tám

9	**10**	**11**
nkron	edu	du-baako
chín	mười	mười một

12

du-mienu

mười hai

13

du-mɛnsa

mười ba

14

du-nan

mười bốn

15

du-num

mười lăm

16

du-nsia

mười sáu

17

de-nson

mười bảy

18

du-nwɔtwe

mười tám

19

du-nkron

mười chín

20

aduonu

hai mươi

100

ɔha

một trăm

1.000

apem

một ngàn

1.000.000

ɔpepem

một triệu

Brɔfo

tiếng Anh

Amerikafoɔ Brɔfo

tiếng Anh Mỹ

Chainfoɔ Mandarin

tiếng Quan Thoại

Hindi

tiếng Hin-di

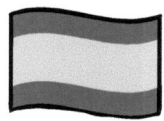

Spainfoɔ kasa

tiếng Tây Ban Nha

French kasa

tiếng Pháp

Arabia kasa

tiếng Ả-rập

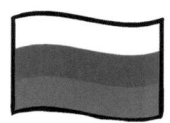

Russianfoɔ kasa

tiếng Nga

Portugalfoɔ kasa

tiếng Bồ Đào Nha

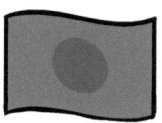

Bengali

tiếng Bengal

Germanfoɔ kasa

tiếng Đức

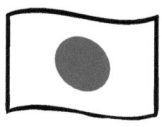

Japanfoɔ kasa

tiếng Nhật

Me
tôi

wo
bạn

ono
anh ta / cô ta / nó

yɛn
chúng tôi

wo
các bạn

ɔmmo
họ

hwan?
ai?

deɛ bɛn?
cái gì?

ɛyɛ deen?
như thế nào?

ehen?
ở đâu?

dabɛn?
lúc nào?

edin
tên

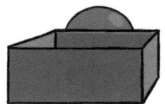

akyire

phía sau

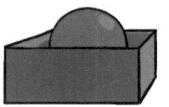

emu

ở trong

anim

phía trước

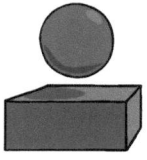

εsoro

phía trên

εso

ở trên

aseε

ở dưới

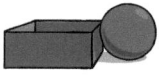

nkyεn

bên cạnh

ntεm

ở giữa

beaε

chỗ